अस्वस्थ काळरात्रींचे दृष्टान्त

अस्वस्थ काळरात्रींचे दृष्टान्त

रमजान मुल्ला

गोल्डनपेज पब्लिकेशन

गोल्डनपेज पब्लिकेशन

अस्वस्थ काळरात्रींचे दृष्टान्त

(कवितासंग्रह)

रमजान मुल्ला

Aswastha Kalratrinche Drushtant
(Marathi Poem)
Ramjan Mulla

प्रथम आवृत्ती : **१५ ऑगस्ट २०२१**
प्रकाशन क्रमांक : **१८**

© रमजान मुल्ला

मु. पो. नागठाणे (बालगंधर्वनगरी), ता. पलुस, जि. सांगली
मोबाइल : ९३७२५४०९८५, इ-मेल : ramjanmulla6505@gmail.com

मुखपृष्ठ - मांडणी : **प्रदीप खेतमर,** आर्ट ॲडव्हर्टायझिंग, पुणे

प्रकाशक : **अमृता खेतमर, गोल्डनपेज पब्लिकेशन,**
फ्लॅट नं. १४, श्री दत्त कॉर्नर, संकल्प-विठ्ठल हेरिटेज समोर, दत्तनगर, आंबेगाव बुद्रुक, पुणे ४११०४६.
संपर्क : ७७२२००५०८१, इ-मेल : goldenpagepublication@gmail.com

ISBN : 978-81-951637-5-5

© All rights reserved. No part of this publication may be reproduced or transmitted in any form or by any means, electronically or mechanically, including photocopying, recording, broadcasting, podcasting of any information storage or retrieval system without prior permission in writing form the writer or in accordance with the provisions of the Copy Right Act (1956) (as amended). Any person who does any unauthorised act in relation to this publication may be liable to criminal prosecution and civil claims for damages.

Disclaimer : Although, the authors have made every effort to ensure that the information in this book was correct at the time of printing, the author and publisher do not assume and hereby disclaim any liability to any party for any loss, damage, or disruption caused by errors or omissions,whether such errors or omissions result from negligence,accident,or any other cause

The views expressed in this book are those of the Authors and do necessarily reflect the views of the Publishers

धर्म
ही संकल्पना
समजलेल्या
प्रत्येकास...

In the begining was the word
and
the word was with god
and
the word was god

- John 1:1

आरंभी शब्द होता
आणि
शब्द देवासह होता
आणि
शब्दच होता देवपिता

- योहान १:१

मनोगत

पहिल्या संग्रहाची अनामिक भीती मनात दडून बसलीय उगीच. माझ्या वैचारिक जिवंतपणाच्या शक्यतेसाठी संग्रह असणं गरजेचं वाटलं म्हणून थोडंसं या शब्दांमधून व्यक्त झालो इतकंच. या वेळी कुठे कुठे शब्दांत थोडंसं दडपण उतरलं असावं. ते आपण मोठ्या मनाने समजून घ्यावं बस्स..!

तर असो. त्या आधी मला माझी भूमिका स्पष्ट करू द्या. प्रतारणा होऊ नये विचारांशी म्हणून हेच माझं सांगणं आहे या निमित्तानं..

इथल्या प्रत्येकाने आपलं दुकान लावलं आहे. आणि इथला प्रत्येकजण माणसांच्या बाजारात आपला प्रोडक्ट ओरडून ओरडून विकतोय. आंदोलनं होत आहेत. केली जाताहेत. करवून घेतली जाताहेत. स्वतःला विकून आपलंच पोट भरण्याचा भयाण काळ सामान्यांच्या नशिबी उगवलाय. पावला पावलाच्या अंतरावर निष्णात शिकारी आपलं अदृश्य जाळं अंथरूण उभे आहेत. त्यात कोण कधी अडकेल सांगताच येत नाही. रोजच्या भागदौडीसाठी बाहेर पडणाऱ्या महिला नियतीवर विसंबून निघतात. कुठे, कधी, काय घडेल हे कोणालाच समजेनासं झालंय. ही सगळी धावाधाव कशासाठी सुरू आहे, तेच नेमकं विसरत चाललेत लोक. आपल्याच घरात श्वास गुदमरतोय.. तरीही सगळ्यांना कसंबसं जगण्याची ओढ लागलीय. एकीकडे, भवतालात रोज होणारी स्थित्यंतरं बघून जीव हबकून जातोय. तर दुसऱ्या बाजूला दया, क्षमा, शांती घेऊन वाहत निघालेल्या जवळपास सर्वच धर्मांत दुर्विचारांचं विष कालवून लोकांना पाजलं जातंय. आपापली फौज तयार केली जातेय. भरमसाठ माहिती देऊन लोकांना भ्रमिष्ट केलं जातंय. या इतक्या माहितीचं नक्की काय करायचं..!

इथला उगवणारा रोजचा सूर्य वेगळा आहे. तो प्रत्येक प्रकाशकिरणासोबत आमिषं पाठवतोय.. अन् स्वप्नांचे मृगजळ शोधत धावत आहेत लोक. कोणालाच मन:शांती नाहीये. कोणाच्या पाठीवर ओझं मावत नाही तर कोणाला स्वतःच्या शरीराचं ओझं पेलवेनासं झालंय. या दरीला अंत नाही. संस्कृती, संस्कार, परोपकार

हे शब्द लयाला निघालेत. देशप्रेमाची नवी व्याख्या माथी मारली जातेय. काळ्या चष्म्यातून जग बघून 'उजेड करू.. उजेड करू..' अशी आश्वासनं दिली जाताहेत. तरीही सामान्य लोक आपल्या मुठी आवळण्यापलीकडे काहीच करू शकत नाहीत. इतक्या वेळा फसूनही लोक इतके थंड कसे? काहीच कळत नाही! क्रांती व्हावी म्हणून जिवाचं रान करणारे फासावर लटकवले गेले, तेव्हाही लोक थंडच होते. फक्त लोकांनी बंड करावं म्हणून किती करायची यातायात अजून? मेलं नाहीये कुणीच अजून... पण मेल्यात जमा धरायला हरकत नाही, असेच कलुषित झालेय वातावरण.. माझ्यातला कवी मरण्याआधी लोक जागे व्हावेत म्हणूनच हा शब्दप्रपंच!

युग बदलले. नव्या युगाने बऱ्याच नव्या गोष्टी शिकवल्या. ज्याचा कधी आम्ही स्वप्नातही विचार नव्हता केला, तो काळ अनाहूतपणे अंगावर आला. पाण्याने तहान भागवली की बस्स, असं वाटायचं. पण पुराच्या पाण्याने डोळ्यात पाणी आणलं. आपल्या डोळ्यादेखत आपण चिमणीच्या चोचीने उभारलेलं घरटं चिखलात रूपांतरित होताना बघून झालेल्या यातना शब्दांत मांडताच येत नाहीत. तेव्हा समजलं की किती हतबल असतो आपण. डोळ्यांनी न दिसणारा सूक्ष्म विषाणू किती मोठी वाताहत करू शकतो, हे विस्मित डोळ्यांनी बघण्यापलीकडे काहीच करू शकलो नाही. टाळेबंदीमध्ये खच्चून माणसांनी भरलेले रस्ते ओस पडले. कुत्र्यांनी भुकेने तडफडून जीव सोडला. हातात काठ्या घेऊन रस्त्यावर उभारलेले प्रशासन भुकेचे प्रश्न सोडवणाऱ्या गरिबांना सडकून काढतानादेखील पाहिलं. कोणतेही पूर्वनियोजन नसताना केलेल्या टाळेबंदीत अचानक जिथल्या तिथे थांबलेल्या गर्दीला पायाला फोड येऊन फुटेपर्यंत वाट तुडवताना पाहिलं.. काय काय मांडू कागदावरच्या या सीमित आभाळावर..!

या तप्त व दग्ध भोवतालास माझ्या अस्तित्वाच्या अणू-रेणू इतका का असेना, स्वतंत्र विचारांचा एखादा शब्द देऊ शकलो, तर स्वतःला मी धन्य समजेन.

माझ्या लिहिण्याने अस्वस्थ काळरात्रींचे विच्छेदन करून माझ्या खऱ्याखुऱ्या अस्सल जगण्याला अधिक धारदार करण्यासाठीचा हा हट्ट म्हणा हवं तर!

माझ्या संग्रहाला आदरणीय रंगनाथ पठारे सरांनी प्रस्तावनेचे अनमोल शब्द देऊन माझा त्यांनी केलेला गौरव अवर्णनीय! माझ्या आजवरच्या जडणघडणीमध्ये सुवर्णहस्त असलेले हिंमत पाटील, अरुण कापसे, नितीन माळी यांचे ऋण आहेतच. नव्या काळाचे भान असलेले प्रकाशक प्रदीप खेतमर, अमृता खेतमर यांच्याही नेहमीच ऋणात राहू इच्छितो. डॉ. सिसिलिया काव्र्हालो, बाळासाहेब लबडे, विष्णू पावले यांनी संग्रह अधिक चांगला होण्यासाठी केलेले सहकार्य अनमोल. तसेच माझ्या बऱ्याच कविता वाङ्मयीन नियतकालिकात छापणाऱ्या सर्वच संपादकांचादेखील ऋणी आहे. 'शब्दसाहित्य विचारमंच'मधल्या सर्वच काळीज मित्रांचा मी आभारी आहे.

या माझ्या पहिल्या काव्यसंग्रहाचे जोरदार स्वागत करून मला आपला आशीर्वाद द्याल, या अपेक्षेसह विनम्रतापूर्वक पूर्णविराम घेतो.

- रमजान मुल्ला

प्रस्तावना

रमजानची कविता वाचताना 'शेख महंमद अविंध, हृदयी त्याच्या गोविंद'ची आठवण होते. फरक अर्थातच आहे. तो काळाचा, शतकांच्या अंतराचा. अविंध शेख महंमदबाबांच्या हृदयात गोविंद सुखाने नांदू शकत होता. शेखबाबा नियमित नमाज पढत, रोजे ठेवत आणि हृदयात गोविंदाला सुखाने नांदवत कीर्तनही करू शकत- किंबहुना सुखेनैव करत असत. कोणी कोणत्या आई-बापाच्या पोटी जन्म घ्यायचा, तो कोणत्या जातीत, कोणत्या धर्मात घ्यायचा हे काहीही आपल्या हाती नसते. जन्मासोबत येते ते स्वीकारत जगणे ही आपली आम रीत आहे. अविंध म्हणून जन्माला आलो तर ठीक आहे ना; मी तुमचे सारे रिवाज पाळतो. पण माझ्याभोवती हा गोविंद- गोपाळांचा मेळा आहे त्याचे काय? मी त्याचे काय करायचे? जन्माने मला दिले ते मी बिनबोभाट स्वीकारले आहे. आनंदाने स्वीकारले आहे. माझ्या भोवती हा जो गोपाळांचा काला आहे; त्याच्यापासून मी फटकून राहू? का राहू? मला तोही आवडतो. मी यांच्यातच जन्माला आलोय ना! या काल्यातच माझा जन्म झालाय. मी अविंध आहे आणि मी या काल्याचासुद्धा आहे.

शेखबाबांना हे असे जगता आले. रमजानचे प्रश्न मात्र इथूनच सुरू होतात. 'अस्वस्थ काळरात्रींचे दृष्टान्त' इथून सुरू होतात. ज्या काळात रमजान जगतोय तो काळ वेगळा आहे. शेखबाबा आणि तो यांच्यात नुसते शतकांचे अंतर आहे; इतके असेच ते नाहीय. ज्या काळात रमजान जगतो आहे तो सामाजिकदृष्ट्या कलुषित काळ आहे; हा त्यातला मोठा फरक आहे. हा कलुषित काळ त्याला कोणते तरी एक निवडण्याची सक्ती करणारा आहे. हे किंवा ते. अविंध हो किंवा गोविंद हो. खरे तर ते असेही नाही. इतके सोपे ते नाहीय. अविंध म्हणतात, ''अविंध म्हणून जन्माला आलास तर आमचे सारे कायदे पाळ. या काफर गोपाळांशी तुझा काय संबंध? तो तू ठेवायचा नाहीस.'' अन् आजचे गोपाळही स्वतंत्रपणे याला दुजोराच देतात. ते त्याला घडोघडी अविंध असल्याची; वेगळा असल्याची, गराड्यात सापडलेला दुश्मन असल्याची अस्वास्थ्यकारक जाणीव करून देतात. अविंध आणि गोपाळ

१० । *अस्वस्थ काळरात्रींचे दृष्टान्त*

यांच्यात न सांधण्याइतपत मोठी दरी निर्माण झालीय. आपण सारी मनुष्ये आहोत आणि मानवता हे सर्वोच्च मूल्य आहे, याचा आपल्याला विसर पडत चालला आहे. रमजानची ही कविता मानवता या श्रेष्ठ धर्मातीत मानवी मूल्याचा पुरस्कार करणारी कविता आहे. ती प्रस्थापित धारणांचा प्रतिकार करणारी कविता आहे. हे असे करू पाहणारा तो पहिलाच मुस्लीम मराठी कवी असे नाही. आधुनिक काळात फ. म. शहजिंदे, खलील मोमीन, अजीम नवाज राही, रफिक सुरज मुल्ला अशा कवींनी असाच पुरस्कार केलेला आहे. ही नावे प्रातिनिधिक आहेत. कारण आणखीही कवी आहेतच. पण या सगळ्यात रमजान मुल्ला स्वतःची एक विवक्षित वेगळी मुद्रा आणि लय घेऊन उभा आहे, जी फक्त त्याचीच आहे. भाषेच्या आत स्वतःची भाषा सापडणे हा कोणत्याही लिहिणाऱ्याचा अंतिम ध्यास असतो. रमजानची दिशाही तीच आहे, म्हणून त्याचे महत्त्व.

सुमारे अठ्ठावीस वर्षांआधी बाबरी मशीद पाडण्यात आली. ती मतपेटीच्या राजकारणासाठी. ती पाडणाऱ्यांचे राजकारण यशस्वी झालेसे आज दिसते. ते सत्तेवर आलेले आहेत; पण त्यामुळे आपला समाज हे एक महावस्त्र समजा मानले तर ते किती विस्कटत चालले आहे, हेही आपल्याला दिसते. दंगली आधीही होत होत्या, पण काही काळातच त्या थंडावून हे वस्त्र सांधले जात होते. पण १९९२ नंतरच्या सगळीकडे झालेल्या दंगली उत्तरोत्तर या वस्त्राला तडा देत गेलेल्या दिसतात. प्रत्येक ठिकाणी प्रत्येक वेळी जखमा तशाच उरत राहताना दिसतात. सल तसेच उरताना दिसतात. १९९२च्या मुंबईतील दंग्यानंतर समर खडस एकदा मला म्हणाला, ''या दंगलीत पहिल्यांदा आपण वेगळे आहोत, आपण मुसलमान आहोत याची मला जाणीव झाली.'' समर हा हमीद दलवाईंचा भाचा आणि महंमदभाईंचा मुलगा. मनाने जातिधर्माच्या पल्याड असणे त्याच्याकडे वारसाहक्काने आल्यासारखे आलेले. पण त्यालाही आपण तू मुसलमान आहेस, याची जाणीव करून दिली. इथे संगमनेरात अलीमुल्ला वकील हा माझा विद्वान मित्र, सहकारी. इतर अनेक गोष्टींसोबत सुफी

अस्वस्थ काळरात्रींचे दृष्टान्त । ११

तत्त्वज्ञानाचा अभ्यासक. आमच्यातच राहत होता. तो दुसरीकडे राहायला गेला. मुस्लीम मोहोल्ल्यात. म्हटलं, ''काय अलीम! आम्हाला सोडून तिकडे का गेलास?'' म्हणाला, ''यार तुम्ही आहात, ते ठीक आहे. मला छानच वाटतं तुमच्यात. आवडतं इन फॅक्ट. पण माझ्या कुटुंबाला तिकडं जास्त सुरक्षित वाटतं.'' अलीम अधिक बोलला नाही. मीही गप्प झालो. बदललेली परिस्थिती आणि वाढते अंतर यांच्या जाणिवेने आम्हाला निःशब्द करून टाकले होते. शाहू छत्रपतींच्या संस्कारातून जातीधर्मातीत जगणाऱ्या कोल्हापूर परिसरात वाढलेल्या रफिक सुरज मुल्ला या मित्राची प्रतिक्रियाही अशीच आहे. आता तर आपण याच्या आणखी बरेच पुढे आलेलो आहोत. लव्ह-जिहाद, गोमांसभक्षण, जन्माधारित आतंकीपणाचा शिक्का अशा अनेकानेक गोष्टी. गांधी-आंबेडकर प्रणीत समताधिष्ठित मूल्यांचा पुरस्कार धुळीला मिळू पाहतोय. आपल्याच देशाच्या नागरिकांना आपण दुय्यम नागरिक करत आहोत. 'आपण' आणि 'ते' अशी भाषा आता रूढ होऊ पाहतेय. याला प्रतिकार करू पाहणाऱ्या समतावादी हिंदूंना 'मुसलमान धार्जिणे' म्हटले जाते. मानवतावादी मुसलमानाला 'काफिर' हा किताब मिळतो, हेही आहेच. 'मुसलमानांनी पाकिस्तानला जावे, समतावाद्यांनीही तोच रस्ता धरावा,' असा घोष होतो. लहानपणी अनेक दर्ग्यांच्या उरुसात मी नाचलेलो आहे, शेरणी खाल्लेली आहे. गावात मुसलमान नसेल तर तो बाहेरून वाजत-गाजत आणावा आणि त्याची व्यवस्था करावी, अशी रीत आपल्या खेड्यात आम होती. कारण मुसलमानाखेरीज गाव अपुरं ही धारणा. ह्या गोष्टी फार जुन्या नव्हेत. कुठून कुठे आलो आहोत आपण!

या सगळ्या वर्तमानाचे पडसाद रमजानच्या कवितेत आहेत. तो आत्मटीका करतो, न डरता धर्मातील कुप्रथांचा समाचार घेतो. इंसानियतसाठी जिहाद करण्याच्या गोष्टी करतो. धर्मापेक्षा भूक मोठी आहे, असे ठासून सांगतो. प्रेमाच्या शोकांतिका उभ्या करतो. 'रोग'सारख्या कवितेतून तान्या, रखमा, हौसा यांची कहाणी सांगतो. आणखीही कहाण्या आहेत. किंबहुना कहाणी सांगणे ही त्याच्या कवितेच्या मांडणीची एक ठळक रीतच आहे. अशा रीतीला भारतीय साहित्यात

फार मोठी परंपरा आहे. तिच्याशी रमजान स्वतःला जोडून घेत ती परंपरा उजळ करतो. आधी मी नोंदवल्यानुसार मानवताधर्माचा पुरस्कार हे या कवितेचे प्राणभूत वैशिष्ट्य आहे. अनेक प्रकारे जखमी होताना, दुःखी असताना, दहशतीखाली वावरताना भ्रमनिरासाचे ढग पेलताना त्याच्या अंतःकरणातील मानवधर्माची ज्योत प्रखर तेजाने तेवत राहिलेली आहे, हे सतत जाणवते. 'भयंकराच्या दारातले उजेडायण', 'शालू: वेदनेचे आदिम आगार', 'अस्वस्थ काळरात्रींचे दृष्टान्त', 'हे महापुरुषाऽऽ' या काही कविता मला आवडलेल्या आहेत आणि त्या मी पुन्हा पुन्हा वाचल्या आहेत. भुजंग मेश्रामच्या कवितेबद्दल बोलताना दिलीप पुरुषोत्तम चित्रे म्हणायचे, ''त्याची मातृभाषा गोंडी आहे आणि तो मराठीत लिहितो हे त्याचे आपल्या भाषेवर उपकारच आहेत.'' रमजानची मातृभाषा 'दखनी' आहे. (ती मराठीचीच बहीण आहे. दख्खनचे मुस्लीम राज्यकर्ते आणि मराठा सरदार यांच्या संपर्कातून ती जन्माला आली. 'पदमराव कदमराव'सारखे मोठे काव्य तिच्यात लिहिले गेलेले आहे. ती दख्खनच्या मुसलमानांनी आपल्या बोलीत टिकवून ठेवलीय. महाराष्ट्राच्या खाली कन्याकुमारीपर्यंत सगळीकडचे मुसलमान ती बोलतात. श्री. रं. कुलकर्णी आणि डॉ. मुहम्मद आझम यांनी या संबंधाने खूप महत्त्वाचे काम करून ठेवलेले आहे.) म्हणूनच दखनी मातृभाषा असलेल्या इतर कवींसारखा तोही मराठीत लिहितो हे आपल्या मराठीपणाला श्रीमंत करणारे आहे, असे मला म्हणायचे आहे. 'खरा तो एकची धर्म, जगाला प्रेम अर्पावे', असे साने गुरुजींनी सांगून ठेवलेले आहे. त्याच्या आधी 'रात्रंदिन आम्हा युद्धाचा प्रसंग', असे तुकोबारायांनी सांगून ठेवलेले आहेच. रमजानची कविता वाचताना अशा किती तरी गोष्टी आठवत राहतात. असा अनुभव देण्यासाठी मी त्याला धन्यवाद देतो आणि त्याच्या पुढच्या लेखनासाठी अंतःकरणापासून शुभेच्छा देतो.

- रंगनाथ पठारे

३ एप्रिल २०२१,

संगमनेर

पूर्व प्रसिद्धी

कविता रती, पुणे पोस्ट, मुक्त शब्द, काव्याग्रह, नव अनुष्टुभ,
विचारभारती, ऊर्मी, दक्षिण महाराष्ट्र साहित्य पत्रिका,
मसाप पत्रिका, चतुरंग अन्वय, अक्षरवैदर्भी

अनुक्रमणिका

- युद्ध / १९
- घोडा / २१
- काफिर / २३
- आखिरत / २४
- दाल में हैं कुछ काला / २५
- जिहाद / २७
- धर्म आणि भूक / २८
- रोग / २९
- मनावर दगड ठेवून / ३१
- फातिमा / ३३
- भयंकराच्या दारातले उजेडायण / ३४
- हताशपण / ३५
- जळू / ३६
- आनंदी माणसाचं घर / ३७
- मोक्ष / ३८
- वारी / ३९
- लाज / ४२
- भित्र्या लेखकाचे घर / ४३
- अब्रू / ४४

- पूर / ४५
- भूक-१ / ४६
- भूक-२ / ४७
- तडजोड / ४८
- आयुष्यावर देऊ आता / ४९
- फाशी दिलेल्या कवीचे भूत / ५०
- कविते..! / ५१
- चिता / ५२
- अखेरची इच्छा…!! / ५३
- शास्त्र / ५४
- आभाळ / ५६
- पोकळी / ५७
- कारण…? / ५८
- वणवा / ५९
- भाकरी / ६०
- शाप / ६१
- तहान / ६२
- गणित / ६३
- शालू : वेदनेचे आदिम आगार / ६५
- जन्म / ७०
- समता / ७१
- जखमा / ७२
- बंधुभाव / ७३

- दिशाहीन / ७५
- वाटोळा / ७७
- माती / ७९
- वाट अडवली जेव्हा / ८०
- काचेच्या बंद पेटीत / ८१
- स्वप्न / ८३
- एवढेच बाकी खरे / ८४
- वळीव / ८५
- शाई / ८६
- विधवा आणि समुद्र / ८८
- हे महापुरुषा...! / ९०
- नदी / ९२
- भिंती / ९३
- रंग / ९४
- ग्वाही / ९५
- अंतिम सत्य / ९६
- निशाण / ९८
- क्रांती / ९९
- व्यवस्था / १००
- पुतळा / १०१
- पाऊस म्हणजे.. / १०३
- युद्ध अटळ आहे... / १०४

अस्वस्थ काळरात्रींचे दृष्टान्त । १७

१८ । अस्वस्थ काळरात्रींचे दृष्टान्त

युद्ध

एक ठिणगी होऊन वावरत असतो तो सर्वत्र
यंत्रणेच्या मुळाशी असतो त्याचाच विचार
मुरवून घेतलंय त्यानं रक्तात
डावंउजवं, पुरोगामी, प्रतिगामी वगैरे वगैरे...

असतो नेहमीच फाटक्या लोकांचा राबता त्याच्या घरी
चिडवतात त्याला शेजारी
धडपड्या चळवळ्या म्हणून...
कुठेही खुट्ट वाजले की आधी त्यालाच ऐकू येते कुणकुण

हल्ली झोपेतून उठतो बरळत
कुणीतरी गळा दाबतंय म्हणतो
कुणा अज्ञात काळपुरुषाने रोखलंय पिस्तूल
त्याच्या कनपटीवर

हा कुठल्या युगाचा ओरडतोय दहशतीचा कावळा
चळवळीच्या चालत्या पायात असा कोण ठोकते खिळा?

अस्वस्थ काळरात्रींचे दृष्टान्त । १९

काल तर
मी त्याला चक्क गुळमुळीत भाषण देताना पाहिलं
'पाप करणाराला देव शिक्षा देईल... तो नरकात जाईल'
असं तो ठासून म्हणाला.
बापरे!
म्हणजे
त्याच्या मुक्त श्वासावरदेखील कोणीतरी केलाय हल्ला
की
लपेटून घेतलं असावं त्यानं स्वतःभोवती
भीतीच्या सुसाट सुज्ञतेचं कवच?
अन् त्यामुळेच चळवळीसारखाच वाकला असेल का कमरेत तोही?
कुठे शरणागत झाली त्याच्यातली ती ठिणगी

मला फक्त इतकंच वाटतं...
युद्धाचा बिगूल वाजण्याआधी
लेखणीने
त्यांच्यातला बुद्ध, गांधी आणि भगतसिंग
यांचा योग्य क्रम लावायला हवा
●

२० । अस्वस्थ काळरात्रींचे दृष्टान्त

घोडा

आता
लवकरच उगवेल तो दिवस
जेव्हा
अंतराळातून धावत येईल
तगडक तगडक एक घोडा

ज्याला असतील पंख... अर्धवट जळालेले
तो... मारील बाता, उपग्रहालाच आग लागल्याच्या
नि आग विझवण्यासाठी
इथल्या मातीचा उपयोग छान होईल
असंही घोडा सांगेल कदाचित

माणसं...
फसून करतील मग सौदा मातीचा
घोडा घेईल चढ्या भावाने विकत
नि खूश होऊन
घडवून आणेल माणसांना मग
सफर अंतराळाची...

अस्वस्थ काळरात्रींचे दृष्टान्त । २१

सांगत राहतील माणसंही मग पुढच्या पिढीपर्यंत
आपल्या अंतराळ सफरीबद्दल

घोडा...
मातीतून गाळेल सोने
आणि उरलेली राखही विकेल
पॉलिश करून
माणसंही घेतील विकत राख
कारण
त्यांच्या मेंदूचाही तोवर होऊन जाईल एक चायना बाजार
काळ निघून जाईल.
तुमचा नातू मात्र तेव्हा
अंतराळातून धावत येणाऱ्या घोड्याची वाट बघत
नक्कीच उपाशी झोपला असेल

●

२२ । अस्वस्थ काळरात्रींचे दृष्टान्त

काफिर

मी नाकारत नाही अस्तित्व अल्लाहचे.
तरीही
त्यांना वाटते,
मी दररोज पाच वेळा करावीच 'नमाज' अदा
रोजच्या मिळकतीतून द्यावी थोडीशी 'जकात'
पवित्र महिन्याचा ठेवावा 'रोजा'
आणि
आयुष्यात एकदा तरी करावा 'हज'
पण मी हे तरी कुठे नाकारतोय
हे आहेच कबूल मला की
हा सभोवतालचा जळीत कोलाहल
रूपांतरित करून ठसवण्यातच
मी हल्ली असतो दंग
तरी
मला अजून सुधरवण्याचा तेच कसे बांधतात चंग?
बहुधा
त्यांच्या मते मी काफिर असावा
●

आखिरत

धर्म प्रसाराच्या नावे
'जमाअत' घेऊन फिरतात ते मोहल्ल्यामोहल्ल्यातून
घालतात भीती 'दोजख'ची
सांगतात 'मृत्यू'नंतरचे जीवन समजावून
पैकी
नसतो मेलेला कुणीच त्यांच्यातला या आधी
तरी
निमूट ऐकून घेतो मोहल्लेवाला

करतात ते कधीच न पाहिलेल्या
'जन्नत'चे खुमासदार वर्णन
सांगतात घडलेल्या... न घडलेल्या
जुन्या अनेक ऐकीव घडामोडी....

मोहल्लेवाला
बघत राहतो फक्त अधाशी डोळ्यांनी
मधाळ शब्दागणिक हलणारी त्यांची दाढी
जाता जाता
'इस्लाम ख़तरे में हैं'
अशी पेरतात ते ठिणगी
मग आपोआपच होते मोहल्लेवाल्याची
'जमाअत'मध्ये रवानगी

●

२४ । अस्वस्थ काळरात्रींचे दृष्टान्त

दाल में हैं कुछ काला

ते राहतात मशिदी-मशिदीत आरामात
करतात काथ्याकूट इस्लामचा आपापसात
शिजवतात
खातात
पितात
धुतातही
'ईशा'नंतर झोपतातही डाराडुर!!
होत राहतो अल्लाहच्या घराचा
'लॉज'सारखा वापर
तरी...
मोहल्लेवाल्यावरच का फुटते नेहमी
मशीद आबाद न ठेवल्याचे खापर?
कुणी मौलवी
करतो कुराणातल्या आयतींची समीक्षा
लावतो सोयीस्कर अर्थ
सांडतो आविर्भाव...
जणू असावी हीच अल्लाहची इच्छा

अस्वस्थ काळरात्रींचे दृष्टान्त । २५

छदाम अक्षरही कळत नाही
अनभिज्ञ भाषेत सुरू असते बडबड वायफळ
पाठांतराच्या घोकंमपट्टीची गरळ पडते 'सफा'वर
विचार करतो मोहल्लेवाला
त्यांच्या काही शब्दांचे
खरंच... कुठून निघत असावेत स्वर?
तरी
'ईबादत'ने माथा झुकवतो मोहल्लेवाला

त्याला काय माहीत?
'दाल में हैं कुछ काला'
●

जिहाद

'याऽऽ हुसैन शहिदे करबला'चा घुमतो नारा
पाते पकडून बोटात
'मातम्' खेळतात दुःखी लोक
कुणाचे किती निघते रक्त
यावरून तिथे व्यक्त होतो शोक!
'लाली' बघणारांची बेसुमार गर्दी
अनिमिष डोळ्यांनी थरारतात इवली पोरं
'औरतें'लावतात डोळ्यांना पदर
पण...
कशी वाचता येत नाही कुणालाच
बुरख्यापलीकडची भिजली नजर?
दिखाऊ लिबासवर मात्र कुठेच नसतो डाग
अन्
आतून संवेदनेलाच मग कशी लागते आग?
सुन्नी असो वा कुणी शिया
पण कुठेतरीच रुजल्यात चांगल्या बिया

याऽ अल्लाह
अशा हर एक 'बी'चे झाड उगवू दे
अन् त्याच झाडाच्या सावलीत
या 'इन्सानियत'साठी
एकदा खरा 'जिहाद' होऊ दे!
आऽऽमीऽऽन
सुम्म आमिनऽऽऽ

●

धर्म आणि भूक

मी
अजून सजगपणे समजून घ्यावा 'इस्लाम' म्हणून
माझ्या हाती जाडजूड 'कुराण' देऊन
मला केलंय कुलूपबंद
माझ्या जातवाल्यांनी

कुराण हाती पडताच
मी लावतो डोळ्यांना... चुमतो... कवटाळतो छातीशी...
दौडत जाते एक पवित्र लहर
माझ्या रंध्रारंध्रातून
मी वाचून उमजून घेतो आतले पानन्पान
होतो हैराण

पटते खात्री...
याशिवाय अन्य कोणतेच
असू शकत नाही सत्य त्रिकालाबाधित

भुकेची जाणीव होते काही वेळाने
...आणि
मी ठेवतो गुंडाळून बासनात कुराण
जीव होतोय कासावीस
धर्मापेक्षा भूक मोठी असते हेच खरंय
●

२८ । अस्वस्थ काळरात्रींचे दृष्टान्त

रोग

तान्या ढांगुळा रडला ढगभर
त्याची 'रखमा' झिजून मेली
पाच लेकरांची आई गेली
पेटत्या अग्नीची व्हळी झाली

तान्या बोंबलतो : ठोऽऽ ठोऽऽ ठोऽऽ
त्याच्या संसाराला : खोऽऽ खोऽऽ खोऽऽ

दारूत झिंगून तान्या ल्हास
उपाशी पोरांचा रोज वनवास
'सल्याभाई'च्या दहशतीत
पोरं घेतात दबका श्वास

सगळेच मागतात : भीक.. भीक.. भीक...
'गुरुजी' म्हणतात : शिक.. शिक.. शिक...

तान्याचे घर म्हणजे कचराकुंडी
विकून विकून संपली भांडी
तान्याची मग होते कोंडी
विकायला उरते लेकीची मांडी

दलाल म्हणतो : विक.. विक.. विक...
तान्या म्हणतो : ठीक.. ठीक.. ठीक...

अस्वस्थ काळरात्रींचे दृष्टान्त । २९

तान्या अजून लाचार झाला
तान्याच्या लेकीचा बाजार झाला
पोटापाण्याला आधार झाला
तान्याने जोराचा ढेकर दिला!

गिऱ्हाईक म्हणजे वळू.. वळू.. वळू..
आणि दलाल जळू.. जळू.. जळू...

लेक 'हौसा' बाजारात आली
इथल्या व्यवस्थेला शिवी झाली
कोवळ्या स्वप्नांची लाज गेली
बरेच झाले; 'रखमा' मेली
आता तान्या घेतो रोख.. रोख.. रोख...
म्हणतो व्यवस्थेला : ठोक.. ठोक.. ठोक...

हा तान्याच लवकर मरत नाही
हौसाची रात्रही सरत नाही
कितीही केली लढाई रोज
तरी हातात काहीच उरत नाही

मागे उरतो भोग.. भोग.. भोग...
व्यवस्थेचा रोग.. रोग.. रोग...
●

मनावर दगड ठेवून

'ती'
'त्याच्यासाठी काहीही करीन' म्हणायची
धर्माचा द्वेष पत्करून
खरंच तिनं मग लग्न केलं त्याच्याशी
तसं तिचं सासर-माहेर झालं काळंकुट्ट

तिने झाकली त्याची गरिबी
शिवले फाटके तुटके शिलाई यंत्रावर
प्रसंगी अन्नावाचून पाणी पिऊन
ढकलला पुढे अनगड ओंडक्यासारखा दिवस
राहिली सदैव हसतमुख
फुलवले कळ्यापानांना फांदीफांदीवर
पण... केला संसार सोन्याचा!

'तो'
ओपन-क्लोज-दुरी-पंजा
लावायचा आकडा
करायचा गणिते...

पण... रोजच थोडक्यात हुकायचे नशीब त्याचे
ओढला गांजा चिलमीने फकाऽफकाऽऽ
तांबरल्या डोळ्यांनी फिरला वरावरा नशेत
विनाकारण 'तो' डाफरला तिच्यावर
संपले होते नव्हते ते सारे... झाला कफल्लक...
आता किडन्या फेल झाल्यावर
'तो' रोज
रडून मागायचा तिची माफी
'वाचव मला' म्हणायचा
'ती' म्हणायची,
'तुझ्यासाठी काहीही करीन'
मग तिनंही केलं खरं खरं
काहीही... काल रात्री
त्याला कळू न देता
मनावर दगड ठेवून
●

फातिमा

फातिमाचे भयानक आहे जगण्यातले सौंदर्यशास्त्र
फारोळ्या दातांमुळे आणि हिडीस फिडीस वागण्यामुळे
तिच्या गालावर थापड द्यायला
धजत नाही कोणाचाही जीव
लोक म्हणतात,
'तिने स्वतःचं साळिंदर करून घेतलंय'

याशिवाय
ती बोलते फार कुजकट
टांगते पुरुषी अहंकाराला शिंक्यावर
प्रसंगी बदडते एखादा पिंडका सुजेपर्यंत
नाही जात कोणीच फातिमाच्या वाटेला
ती म्हणजे एक दरारा आहे मोहल्ल्याला

पण,
ती न चुकता रोज दुआ करते अल्लाहकडे
हात-पाय-जीभ अजून धारधार करण्याची

अखेर
नवरा गेल्यानंतर
याच शस्त्रांनी तिला वाचवले आहे आजवर..!

●

अस्वस्थ काळरात्रींचे दृष्टान्त । ३३

भयंकराच्या दारातले उजेडायण

हा काफिला कुठे चाललाय?
परंपरागत कुठल्या अनाम गर्तेतून
कोणती सावली शोधत निघालाय उन्हातान्हातून?
आणि कुठे पोहोचायचे आहे ते माहीत नसावे पक्के त्यांना

पायाला चाके बांधून
किती काळ धावतील काय माहीत?
कोणीतरी प्रेषित येईल ही वेडी आशा
धर्माच्या पानापानावर वाळवीच्या निशाण्या
असंख्य किड्यांनी वळवळत राहावे गटारीतून
आणि शोधावेत माणसाने संदर्भ त्यातून
हे कोणते उजेडायण भयंकराच्या दारातले?

हा कोणता सूर्य उगवतो आहे जुनेच क्षितिज फाडून नव्याने
खेचून कुठे नेताहेत हे लोक त्यांच्या निरपराध मादीला
आणि ती इतकी उघडी कशी?
लाज कोळून प्यायली की काय
उजेडाचे चकवे घेऊन येणाऱ्या साऱ्यांनीच?
हे कोण लोक आहेत? जे एका सद्गृहस्थाला फाशी देताहेत
आणि फाशी देण्यासाठी
त्याचीच आतडी कशी गुंडाळली आहेत
त्याच्याच गळ्यात?

अशा अस्थिर वेळी...
हाताची बोटे छाटली गेलेले कवी
आणि पुरस्कारांच्या ओझ्याने वाकलेलेही
मृत्युगीतासारखे हे काय पुटपुटत आहेत ओठातल्या ओठात?
हळूहळू त्यांच्या लेखनावर अत्याचार होतोय
हे कळले कसे नाही त्यांना?

●

३४ । अस्वस्थ काळरात्रींचे दृष्टान्त

हताशपण

एकदा हताश होऊन बाप म्हणाला,
'बेटा, ये दुनिया गरिबांको सिद्दा खाने नै देती
उनके वास्तर कुछतबी कर।'
मग मी आनंदाने म्हणालो,
'उनके वास्तर कविता लिखतू तो!'
मग बाप चिडून म्हणाला,
'तेरे कवितांशी अंगार लगतीय क्या?'
मी हसून म्हटले,
'मैं लोगांकू अंदरशी शिलगातंय'
बाप चिडिचूप
बहुधा आता तोच आतून पेटला असावा!
मी विचारमग्न...
आता ही आग मी कशी विझवू?
त्यासाठी कोणती कविता लिहू?

•

अस्वस्थ काळरात्रींचे दृष्टान्त । ३५

जळू

काळरात्रींचे संदर्भ लागत नाहीत म्हणून
मी खूप अस्वस्थ आहे
ही मनाची सखोल उद्विग्नता
मी अजून कोणत्या भाषेत सांगू?
दृष्टान्ताच्या कुबड्या घेतल्याशिवाय
चालतच नाहीत आक्रोशाचे लुळे पाय
फक्त दोन थेंब पाण्यासाठी
इथं कुणाचीही निघते आयमाय

पाणी पाणी म्हणत कुठंवर सोसायची
भाळी लिहिलेली साडेसाती?
अज्ञानाचा गाडा वेशीबाहेर सोडण्यात
आमच्या अजून किती जाणार हयाती?

नीती, मूल्यं, परंपरांच्या धारधार बरच्याने
घायाळ केली इथली कोवळी निरागस पालवी
मगच
तोंडाला गिरण बांधून
भाषणांचं पीठ पाडणारी
इथली बांडगुळं
आमच्याच वेदनेवर जगली

आता
आभाळाच्या आकांताचा स्पर्श वाचायला हवा
भुकेकंगाल माणसांचा अर्थ वाचायला हवा
पण
तहानेने मृत्यू येण्याअगोदर
इथल्या रक्तावर
एक जळू पोसायला हवा!

●

आनंदी माणसाचं घर

तो विकायचा झटपट लॉटरी
पट्टीच्या खोक्यात बसून लहान मुलांना
खूश होऊन जायची मुलं
लॉटरीतील बक्षीस लागल्यावर
आणि बक्षीस न लागलेली मुलं मात्र
जायची हिरमुसून त्या वेळी
म्हणून
त्याने गेल्या कित्येक दिवसांत
लॉटरीच विकली नाही
पण... अचानकच
त्याला पुन्हा लॉटरी विकताना पाहिले

तेव्हा...
का कोणास ठाऊक?
लागायचंच बक्षीस प्रत्येक लहान मुलास हमखास!
मुलं पुन्हा पूर्वीसारखीच खूश होऊन गेलेली
मुलांच्या हसऱ्या आनंदात
त्याला कळलंच नाही
तो बसलेल्या पट्टीच्या खोक्याचं
आनंदी माणसाच्या घरात रूपांतर झालेलं..!

●

अस्वस्थ काळरात्रींचे दृष्टान्त । ३७

मोक्ष

आयुष्य रिते होताना
मोक्षाचे ऊन कपाळी
मग धडपडताना श्वास
तू हवीस नाजूक वेळी

ही सांज पुन्हा भवताली
शब्दांची उडवील धूळ
स्पर्शात तुझ्या सोनेरी
मी विसरीन सारा जाळ

हे जगणे धुकाटले सारे
नजरेला उपऱ्या जखमा
दुःखाच्या कातरवेळी
कृष्णाला नाही सुदामा

●

वारी

पांडू कुडचे जातो वारीला
जाताना पवारांच्या नेतो गिरमीला
गिरमी मोठी चालूबाज
तिरक्या चालीत नखरेल साज!
गर्दीत मुद्दाम हिंदकळते
पांडूच्या तोंडचे पाणी पळते
वारीत अवघे सकळजन
तरी गिरमी वारीचे आकर्षण
चालताना तिचा धपापतो ऊर
वारीचा साऱ्या चुकतो सूर!

गिरमी छान मुरका घेते
पांडू छान गिरकी घेतो
अभंगाच्या तालावर
नाच फुगडीला ऊत येतो!
दोघे हळूच गालात हसतात
एका ग्लासात रस पितात
वारी पुढे चालत राहते
दबक्या आवाजात बोलत राहते
नाकाने कांदे सोलत राहते!

विणेकरी बाळू झुलतो फार
दिंडीला कार अन् फडाला भार
शंकर पखवाज्या रेषेत चालतो
लागेल तेवढे मोजकेच बोलतो
द्यानू पट्टेकरी म्हणतो हरी
कावाकावाने विटली वारी!
ग्यानबा-तुक्याचा होतो गजर

अस्वस्थ काळरात्रींचे दृष्टान्त । ३९

टाळकऱ्यांची ती भिरभिर नजर
मुक्कामाचे येते ठिकाण
गजरा खोतीन हसते छान
होतो वारीचा तिरका कान!

सदूचे दत्तूशी जोरदार भांडण
वारीत घुमतो आवाज दणदण
एकमेकांनी उद्धरल्या आया
वाल्मिकीचा झाला वाल्या!

चोपदाराचे वाटे बंधन
आडवाटेत बाटली आंधण
घुमते रिंगण वाळवंटी
'बारी'साठी रेटारेटी
संतपदाचा पेटतो जाळ
चारित्र्याची रुसते माळ
ठेक्यामध्ये चुकतो टाळ
वारीला हा भलता विटाळ

चंद्रभागी स्नानासाठी भरतो भक्तमेळा
भक्तिणीच्या सौंदर्याने विकृत होतो खुळा
निर्ढावलेल्या नजरेने पितो विषयसुख
लाजून लाजून सुकून जाते रखुमाईचे मुख
दर्शनाच्या रांगेमध्ये धक्काबुक्की होते
मग भक्तांची जीभ होते तलवारीचे पाते
भोळा विठू बघत राहतो अगतिकतेची होळी
रंजले गांजले भीक मागून भरून घेतात झोळी
कमरेवरचे हात काढून तू माझे काळीज वाच
आता तुझ्या पंढरीतला विठू थांबव नंगानाच

४० । अस्वस्थ काळरात्रींचे दृष्टान्त

एक कवी वारीमध्ये पाय खुरडत चालतो आहे
कान-नाक-डोळे उघडून घडाघडा बोलतो आहे
त्याचे कोणी ऐकत नाही. तो मात्र आहे शांत
हतबल होऊन सोसतो तो वारीमधला मूक आकांत
वारी म्हणजे असतो त्याग... भक्तीमधला मुक्तराग
आयुष्यभर झोपलेल्यांना वारीमध्ये येते जाग
वारी एक करुण सूर... कारुण्याने भरला ऊर
वारी म्हणजे लाथाडलेल्या वार्धक्याचा महापूर
एक मात्र खरे आहे, वारी अजून वारी आहे
वारीमधल्या कवीचीच दुनिया फक्त न्यारी आहे
●

लाज

शांततेचा भयाण स्वर ऐकू येतोय
विराण रस्त्यांवर
रडून रडून रात्रभर धिंगाणा घातलाय कुत्र्यांनी
थकून झोपून गेलीयत उकिरड्यावर राखेत अंगाचे मुटकुळे करून
काही नुसतीच बसून आहेत कुणीतरी भाकरी फेकेल अशा आशेत
हा रोजचा रस्ता असा अनोळखी का वाटतोय आज अचानक?
की टाकली गिळून रस्त्यानेच यावरून रोज वावरणारी ती जिवंत माणसे?
चिडिचूप झालेली पाखरे हवालदिल
विषारी जहर फैलावलंय हवेत अन् मेंदूतही
अशा भीतीच्या सावटाखाली अनवाणी पाय चालताहेत ओढीनं लांबवरचा
घराचा रस्ता
ही कोणती अनामिक ताकत भरलीय त्यांच्या उपाशी पायात?
डोक्यावरचे ओझेही ओझे कसे वाटत नाही त्यांना?
इतके जगण्यावर प्रेम करूच कसे शकतात ते?
आणि मी त्यांच्यासाठी हे शब्दांचे बुडबुडे घेऊन
कोणत्या तोंडाने लिहू पाहतोय कविता?

●

भित्र्या लेखकाचे घर

तो कशालाही काहीही म्हणतो
म्हणजे त्याचे म्हणणे तो सरळ सरळ कधीच नाही सांगत
आडगावला जाऊन पेडगावमधे असल्याचे सांगतो
तो जीवाला खूप जपतो
म्हणूनच तो भित्रा आहे

व्यवस्थेच्या बुडाशी करतो पेनने गुदगुल्या
लिहितो सासुरवाशिणीचे उघडे दुःख उघडपणे
प्रत्यक्षात तिचे नाव, जातपात राहते ठिकाण बदलून
नेहमीच असते त्याला एक अनामिक भीती
एखादा मोर्चा त्याच्या घरावर चालून येईल की काय याची
अथवा एखादा धूर्त राजकारणी घालू शकतो त्याच्यावर गुंड

हल्ली निडर होत चाललीय त्याची लेखणी
त्याने पाणी गळ्याला आलेल्या माकडीणीची गोष्ट
वाचल्यापासून...

●

अस्वस्थ काळरात्रींचे दृष्टान्त । ४३

अब्रू

तरीही...
अगदी नितळपणे सुरू आहेत माझे दैनंदिन व्यवहार
कुठेही साधे खुट्टसुद्धा नाही वाजले
मी उचलला पेन

तेव्हा
रस्त्यावर झोकांड्या खात दारुडा पचकन थुंकत म्हणाला,
डुकरा! शेण खा शेण..!!
●

पूर

पूर म्हणजे घराचे भिजणे नसतेच नुसते
भिजून जातात अनेक स्वप्नेही त्याबरोबर
पूर ओसरून गेल्यावर
कुजलेल्या स्वप्नांचा सडका वास
पसरून असतो घरात
भग्न संसाराचे अवशेष शाप देत राहतात नियतीला
हे कुठल्या जन्माचे पातक आले नशिबी... असे समजून
घराचा पाया कपाळ बडवून घेत असतो
तुम्ही खोल उकरत गेलात की
सापडतील तुम्हाला पुरांचे संदर्भ
पण, पुराचे पाणी जेव्हा बुडवते घरदार
त्या वेळी
एक दुसरा पूर दिसेल तुम्हाला
पूरग्रस्तांच्या डोळ्यांत!!
असे असले तरी...
कोणीच लिहिला नाही आजवर पुराचा धर्मग्रंथ
अथवा मागच्या पुराचे संदर्भ देऊन
कसे जगावे वर्तमान
याचीही गाथा नाहीच अस्तित्वात...
पण, एक अख्खा पूर शोधण्यात
होऊन जाल तुम्ही निष्णात शिकारी
कारण
पूर म्हणजे स्वाभिमानाच्या पायातली लाचारी

●

भूक-१

वैचारिक उंचीच्या मचाणावर
खंबीर पाय देऊन
कितीही हाकलली सगळं आलबेल असल्याची पाखरं,
तरी
येतात फिरून कणसं शोधत आपसूक
त्या वेळी घोर अपमानाच्या उंबरठ्यावरून
तुम्हालाच छद्मी हसते
तिलाच म्हणावे भूक

●

भूक-२

कितीही वाटले तुम्हाला की
अभ्यासावे अंतरंग भुकेचे..
नाही सापडणार त्याचा कुठलाच मर्मग्रंथ
कारण... शब्दांच्या पाऊलठशांवरून तुम्ही गाठाल सुतावरून स्वर्ग..
झोपणेउठणेहगणेमुतणे म्हणजे नसते जगणे..
हे समजले की
एकांतातही तुमच्याशी आपोआप बोलतो निसर्ग..
शेवटी भुकेचे प्रकरण तुम्ही लावाल धसाला
तुमच्या चौकोनी आयुष्याला
एखाद्या कुपोषित तान्हुल्याचा...
उगीच तळतळाट कशाला?

●

अस्वस्थ काळरात्रींचे दृष्टान्त । ४७

तडजोड

मला जे सांगायचं आहे
तसे ते कसे सांगावे हा माझा यक्षप्रश्न
त्यामुळे तुमच्या माझ्यात गैरसमजाचे साचत जातील थरावर थर
आणि होईल तयार
नात्यांच्या कत्तलीचा बेसॉल्ट खडक
ज्याच्या गुहामय बेचक्यात राहतील संशयाची वटवाघळे वस्ती करून
हाकलता हाकलून जाणार नाहीत
विधाता देऊन टाकेल अंधारात पोहण्याची विलक्षण शक्ती त्यांना
उजेड बदलून जाईल काळोखात
त्यामुळेच...
मी अजून मौनात आहे
पण, खरं सांगा!
तुम्हाला उजेड हवाय ना नक्की!
मग तुम्हाला अंधाराशी तडजोड करावीच लागेल

●

४८ । अस्वस्थ काळरात्रींचे दृष्टान्त

आयुष्यावर देऊ आता

नकोत नुसत्या बाता आणिक
नकोत नुसत्या थापा
आयुष्यावर देऊ आता लोहारागत ठोका ।।धृ।।

इथे न कोणी सज्जन उरला
इथे न कोणी त्राता
मंदिरातही रक्त सांडते
दर्शन घेता घेता
धर्मामधुनी विष पसरते
त्याला वेळीच रोखा
आयुष्यावर देऊ.....।।१।।

इतिहासाच्या पानांवरती
कुणी थोपली शाई?
पराक्रमाला कलंक देण्या
झाली कसली घाई?
माती उकरून सत्य शोधूनी
मांडू लेखाजोखा
आयुष्यावर देऊ.....।।२।।

कुणीच नाही छोटे आणिक
कुणीच नाही मोठे
करुणेच्या सागरात न्हातो
त्याला देव भेटे
समतेच्या झाडाला बांधू
माणुसकीचा झोका
आयुष्यावर देऊ.....।।३।।

●

अस्वस्थ काळरात्रींचे दृष्टान्त । ४९

फाशी दिलेल्या कवीचे भूत

कवीने कविता लिहून लावले आहे विरजण
व्यवस्थेच्या दुधात
आहे राखून तो त्याची अपरिमित क्षमता
एखाद्याला नेस्तनाबूत करण्याची
म्हणून
तुम्ही त्याचा खून करू शकता
पण त्याच्या कवितांना तुम्ही कसे माराल?

तुक्याची गाथा बुडवून तुम्ही घेतला आहे डेमो
अजून कवीचे भूत होणे बाकी आहे!

तुम्ही कवीला क्रूसावर टांगू शकता
किंवा
तो नमाजात असताना त्यावर तलवार चालवू शकता
पण त्यानंतर कवीचे भूत तुमच्या मानगुटीवर बसेल, त्याचे काय?

●

५० । अस्वस्थ काळरात्रींचे दृष्टान्त

कविते..!

मी तुझा गुलाम आहे
मला जुंप घाण्याला
हवे तर
काढून घे माझ्या रक्तापासून तेल
अत्तर होऊन जाऊ दे तुझ्यासाठी माझ्या घामाचे

परीकथेत राक्षसाचा जीव पोपटात होता तसे
मी जन्मलोच मुळी तुझ्यासाठी
घे लिहून माझी शब्दांची प्रॉपर्टी तुझ्या नावे
माझा श्वासही तुझ्याच ऑक्सिजनवर चालतो
म्हणून
फक्त इतकंच कर
सांग ओरडून जगाला
की
माझा जीव मी ठेवलाय तुझ्यात

कुणी विश्वास ठेवो न ठेवो
मला तुझ्या काळजात जागा मिळालीय
हाच स्वर्ग असेल माझ्यासाठी

●

अस्वस्थ काळरात्रींचे दृष्टान्त । ५१

चिता

हे शहर इतक्या जोरात का धावतंय?
कुणी दिली गती याला इतकी?
आणि
सगळंच कसं सिस्टीमेटीकली वाहतंय
इथल्या गटारीच्या नसानसातून

रात्रीच्या निरव शांततेत
कुत्र्यांचे भेसूर ओरडणेही
आता भेसूर वाटेनासे झालेय
या शहराशी
इतकी एकजीव झालीय कुत्र्यांची उपाशी वेदना
धापा टाकून दमलेल्या रस्त्यांच्या डोक्यावर
दाट धुक्याचा थर साचलाय
कदाचित या शहराचा तो उच्छ्वासही असू शकतो

बाजूच्या माडीवर मोरीजवळच
गलितगात्र होऊन पडली आहेत लिंगमजुरणींची अर्धनग्न शरीरे
तरी
आधुनिकतेचा काळा गॉगल
उतरला नाहीये दलालांनी अजून
ही अशी कशी भूक उलथून पडलीय शहराच्या वासनेची

अगदी थोड्या वेळात पूर्ण जागे होईल हे शहर
...आणि धगधगू लागेल
भुकेची चिता नव्या उमेदीने
●

अखेरची इच्छा...!!

तुम्ही माझा खुशाल खून करू शकता
तरीही
माझ्या कवितेतून
करकचून दात आवळल्याचा
आणि
त्वेषाने मुठी वळल्याचा
येतच राहील आवाज!

कदाचित
तुम्ही मला गळ्यात दगड बांधून ढकलाल उंचावरून
अथवा
बुडवाल सरोवराच्या तळाशी,
तेव्हा मात्र
माझ्या कवितेतल्या आक्रोशाचा समुद्र होईल
अन् येणारी प्रत्येक लाट
तुमच्या गलबताला धडका देईल

तरीही समजा,
तुमचे गलबत पैलतीरी गेलेच
तर
व्यवस्थेच्या आडून
तुम्ही मला फाशी देऊ पहाल
पण
माझी अखेरची इच्छा विचाराल
तर मात्र
तुमचे अस्तित्व संपवणारी
शेवटची ओळ मीच लिहीन!

●

अस्वस्थ काळरात्रींचे दृष्टान्त । ५३

शास्त्र

१.
वारं पिऊन चौखूर उधळलेल्या वासरानं
ढुसण्या मारत लुचावं लुचूलुचू गायीला
अन् आपसूक फुटावा पान्हा तिच्यातल्या आईला
तसंच काहीसं असतं नातं
आई आणि लेकीचं

आई आणि लेकीत
होत असतो अबोल संवाद
लेकीला काय हवं नको ते
न सांगताही कळतं तिला आपोआप
जणू दोघींमध्ये वाहत असावा
अनामिक खळखळ झरा...
जो शांतपणे व्यक्त होत राहतो प्रवाहातून
कोणी काही न बोलता
कसं कळत असावं तिला?
आपलं लेकरू सुखात नसल्याचं
कोणी शिकवलं असेल तिला?
असं चेहरा वाचण्याचं शास्त्र
की
तिनेच दिला जन्म लेकीसारखाच
या शास्त्रालाही?

५४ । अस्वस्थ काळरात्रींचे दृष्टान्त

२.

मला आई वेगळीच कशी भासते?
प्रत्येक वेळी
तिच्या मिठीत जाताच
तिचे स्पर्शणारे थरथरते हात
प्रेमाच्या आवेगाने घेत राहतात
माझा अलाबला
मी तिच्या काळजीपोटी
पुसून टाकते पाणी
डोळ्यांच्या कोपऱ्यात साचलेले
आणि वाहत राहतो झऱ्यासारख्याच दोघीही

३.

आई!
तुझ्या गर्भाइतके सुरक्षित ठिकाण
मला आजवर मिळाले नाही
म्हणून
मला चिरून... तोडून...
पुन्हा घेशील का तुझ्यात सामावून?
नसेल तर,
तुझ्याइतकी मायाममता आणि प्रेम तरी भर

किंवा
चेहरा वाचण्याचं शास्त्र तरी पेर
माझ्या अल्लड डोळ्यात

●

अस्वस्थ काळरात्रींचे दृष्टान्त । ५५

आभाळ

माती होई कसनुशी
भिजे डोळ्यांचं आभाळ
पावसाच्या भरोशात
साचे उन्हाळ्याची धूळ

धूळ धुळीला सांगते
आत भेगाळते रान
आतड्याला लागे भूक
रडे डोळ्यांचं स्मशान
भडकली अशी आग
करपला रानोमाळ

कसे सांगू झाले हाल
किती किती घरट्यात
चिमण्यांनी दाणे कसे
वेचलेले कणसात
जशी सरकली सर
तसा सरकावा काळ

आता येऊ दे पाऊस
सारा होऊ दे चिखल
नाहीतरी आचळात
पान्हा गायीचा सुकेल
गंधाळल्या भुईसाठी
यावी तुझी वावटळ

●

५६ । अस्वस्थ काळरात्रींचे दृष्टान्त

पोकळी

मावळती सांज तळहातातून न्याहाळताना
सूर्याची होणारी घालमेल
आणि
दिवस बुडल्यावर
रात्रीला अर्घ्यदान दिल्यासारखे
चंद्राचे सोज्वळ वागणे
दोन्हीही एकाच वाटेचे प्रवासी
पण दोघांच्याही आयुष्याच्या वाटेत
एक थंडगार पोकळी
सादळलेल्या आगपेटीसारखी
ज्वलंतपणाचा इतिहास सांगत
षंढपणावर पांघरूण घालत आलेली
एक थंडगार पोकळी

●

कारण...?

हे कोणते औदासिन्य भरून उरले आहे चराचरात?
भिजल्या सावलीचे दुःख उगाळून
द्यावा म्हणतोय लेप सृष्टीला...
तर
अस्वस्थपण का छळते आहे मन... मेंदूला?
बसलो तरी उतरत नाही कवितेतले फालतूपण
मग कुठल्या क्रांतीची बीजे रुजवायची भाषा करतोय आपण?
खरं तर मी काहीच करू शकत नाही
काळीज कुरतडणारी ही नाटकी जाणीव घेऊन
मी अजूनही जगतोयच ना
माझे सुरूच आहेत सगळे व्यवहार सुरळीतपणे
मग
देवळावर... मशिदीवर... चर्चवर उभारून
मारावी बोंब असे काही घडलेच असेल का?
मला अलिप्त राहता यायलाच हवे
प्रेयसीच्या कामुक इच्छा पूर्ण न करू शकलेला मी;
मग तिच्या डोळ्यातल्या विखारावर कसा लिहू शकतो?
किंवा
तिने दुसरा शोधला कुणीतरी... तर
तिच्यावर उखडू तरी कसा शकतो मी?
आस्तिक-नास्तिक, स्त्री-पुरुष; नर-मादी, माणूस-जनावर
कुणाकुणाची काळजी घेणार मी
आणि कारण तरी काय?

●

वणवा

जिवंत असताना बाप म्हणाला,
'लेकरा!
तुझ्या पोटात जेव्हा भुकेचा आगडोंब उसळतो
तेव्हा
डोळ्यातल्या गळणाऱ्या आसवांनी
त्याला कधीच शांत करू नकोस.
तुझ्या डोळ्यातून त्या वेळी निखारे टपकू देत!
आणि
तेच निखारे गाळत गाळत लेकरा,
तू अशा वाटेनं चालत जा...
फक्त मागे नजर वळवलीस की,
वणवाच पेटला पाहिजे!
तेव्हाच त्या वणव्यानं साऱ्यांची भूक जळून जाईल'
'होय बाबा! मीही तुमचंच ऐकलं
आणि हुबेहूब असाच वणवा पेटवला,
पण त्या वणव्यानं
साऱ्यांची भूक जाळण्याअगोदर
आता माझे डोळेच जाळून टाकलेत

●

भाकरी

झाला प्रकार खूपच निंदनीय
लोकांनाही उत्सुकता आहे न्यूज बघायची
आणि आम्हाला काळजी आहे टीआरपीची

आपण मोठे विचारवंत आहात
तेव्हा तुम्ही असं करा,
मान डोलवत फक्त 'हो' ला 'हो' म्हणा
आम्ही आपली प्रतिमा उंचावू.
ते समोरचे खूप ओरडतील... उखडतील...
निषेध करतील...
प्रसंगी हाणामारीच करायची ठेवतील बाकी
तरी आपण संयमी राहा
आम्ही निवळूच ही परिस्थिती सफाईदारपणे

आणि होऽ
हा खाकी लखोटा राहू द्या तुमच्याजवळ
अं हं!! आपली किंमत नव्हे ही
भाकरीला हातभार समजा हवेतर
विचारांनी थोडंच पोट भरतं?
'येत चला' असेच अधूनमधून
समाजाच्या सेवेत आम्ही उभे आहोत!
सजून धजून.

●

शाप

आम्ही
हव्यासाच्या होळीत
अहंकाराची शस्त्रे टाकली वितळवून
अन्
मनाच्या आभाळात उडू दिली निर्धास्तपणे
शांततेची कल्पित कबुतरे

आमचे
कुरण भाकरीचे
राहावे सदैव हिरवे म्हणून
दिली तिलांजली स्वार्थाच्या लंगड्या गायीस
अन्
सात समुद्र ओलांडून पळवून आणला पुरुषार्थ
तरी कसा सापडत नाही अजून
खरा जगण्याचा अन्वयार्थ

कौतुकाचा पर्वत पार केल्यावरही
नाही वागत कोणीच मनासारखे कसे ?
विदूषकाचे कसे होत राहते हसेच हसे ?

बंदिस्त करून
केले गुलाम समाधानाच्या कष्टाळू बाईस
म्हणून तिने तर शाप दिला नसेल ?

जर असेच असेल तर
नव्याने शोधावे लागेल स्वतःला
नाहीतर कुत्रेही विचारणार नाही
तुमच्या परखड सत्याला !

●

अस्वस्थ काळरात्रींचे दृष्टान्त । ६१

तहान

जेव्हा
उन्हाच्या झळांना लागलेली तहान
विझवण्यासाठी
होरपळलेल्या पिकांनी
आभाळाला जोगवा मागितला
तेव्हा...
त्यानं दिलेलं
शिंतोड्याचं दान घेतानाचा
पिकांचा कापरा हात
अजूनदेखील थरथरतोय
त्याच आभाळाच्या उपकार ओझ्याखाली

तहान
तरीही विझली नाहीच,
पण
अस्वस्थ वाराच वाहू लागलाय

आता आभाळपालखी निघण्यापूर्वी
माणसानं मात्र;
वात हातात ठेवून
पिकांच्या बुडात सुरुंग पेरलाय
असं मला
हयातभर सोसणाऱ्या शेतानं सांगितलंय

●

गणित

आमचे नेहमीच गणित चुकते
बाकी काही उरत नाही

आठवणींचा चगळचोथा बसतो अडकून पाटात
उतावळेपणाचा पवडही लागतो कडेला
मग सरकेनासे होते पुढे
आमच्या आयुष्याचे पाणी

मुलगा मला विचारतो,
'बाबा, नवी सायकल कधी घेऊ?'
मी म्हणतो,
'माझी जुनीच सायकल.. थोडीशी आणखी दुरुस्त करू'
काटकसरीच्या नावाने माझा पोटाला असतो चिमटा
तू फार उपवास करतेस म्हणून मी बायकोशी करतो तंटा
तिचे सोळा सोमवार आणि अठरा मंगळागौर
सरत कधीच नाहीत

अस्वस्थ काळरात्रींचे दृष्टान्त । ६३

आई-बाबांच्या आजारपणात मग होतो खर्च थोडा
फेडताना येतं नाकीनऊ... वाटतो संसार डोंगराएवढा
आमच्या घरातल्या भांड्यांचे मग
हळूहळू आवाज वाढू लागतात
काही भिंतींना आतल्या आत तडे जाऊ लागतात
दारातली सुकलेली वेल मात्र
पुन्हा कधीच फुलत नाही

एका चुलीच्या होतात मग चार नव्या चुली
सणावारालाही येत नाहीत मग दिल्याघरच्या मुली
जुनी झाडं कोसळतात तेव्हा फुटतो हंबरडा
उखडत राहतो अंगणामधला टाकला शेणसडा
सगळ्यांनाच सारं कळत असतं,
पण तरी वळत नाही

थोडा पाऊस थोडं ऊन
असतंच साऱ्यांच्या आयुष्यात
फक्त नातंच तुम्हाला बांधून ठेवतं घट्ट काळजाच्या आत
थोडं प्रेम.. थोडा राग.. देत जगू साऱ्यांना
आभाळ घेऊ कवेत आणि भुई देऊ ताऱ्यांना
मग मात्र पुन्हा कोणीच
असं रडून म्हणणार नाही
आमचं नेहमीच गणित चुकतं
बाकी काही उरत नाही... बाकी काही उरत नाही...

●

६४ । अस्वस्थ काळरात्रींचे दृष्टान्त

शालू : वेदनेचे आदिम आगार

हुरड्याला कणीस यावं
शाळवाचं
तशी
कोवळीलूस्स...
गोल गोल गरगरीत
शालू
जणू...
शालू म्हणजे गवयाचा आळवता राग
गावरान उमलती बाग
म्हणूनच
तिला गंध आहे आणि भावही

परकर पोलक्यातल्या
शालूचं
जेव्हा लागलं लग्न
तेव्हा
कामचलाऊ कडब्याचा मांडव
नि
अडकवलेल्या आंब्याच्या डहाळ्या
खूपच हलल्या वाऱ्यानं
अजाण शालूनेही
घेतले मिरवून स्वतःस
तेव्हा
आपल्या झुबकेदार मिशीत
मुंडवळी भरून हसला तम्मा
लग्नात स्वखुशीने
काहींनी नेसला उघड्यावरच आहेर
वऱ्हाडींनी खाल्ला चहा-भडंग

अस्वस्थ काळरात्रींचे दृष्टान्त । ६५

नि ऐनवेळी घेतले पुकारून आपले दोन-पाच रुपये
पाठवणीला
शालूची आई रडली मांडवभर
शालू बघत राहिली मिचमिच डोळ्याने
तिला सोडून जाणारा
तिचाच गोतावळा
तिला माहीत नव्हता या साऱ्याचा अर्थ
तरीही...
नवरा म्हणजे काय ?
हे तरी कुठं माहीत होतं तिला
म्हणूनच
शालू शुक्क... चिडिचूप...

आता
शालू..
शालू...
शालू राबते दिवसरात्र
आणते गोळा करून
लोकांच्या वखवखल्या नजरा
शिवशिवत्या हातांचे कापरे स्पर्श
काहींचा लाळघोटेपणा;
आणि,
बरोबर थोडासा चिमणचारादेखील
ती बोलत नाही कुणालाच काही
तसं तिनं बोलायचंही नसतंच असं परमुलखात...
यामुळं तिच्या झोपडीलाही असते नेहमीच
वाऱ्या कायदुळाची भीती
वा
थंडीपावसात एखादा पाणसापदेखील
बसतो घालून वेटोळे

तिच्या झोपडीच्या कुडमेढीला
गारठाच अलीकडे सहन होत नाही तिला
तेव्हा लोक मात्र म्हणतात
शालू...
एक भरगच्च बाभूळ जशी
आता तिच्याच घरात जास्त ऊब आहे

शालूचा नवरा तम्मा
राखतो म्हसरं
बोलतो निर्धोकपणे जित्राबांशी
दिवसभर रानावनात
फिरून, चरून, इरड करून
जित्राबं जशी
परत यावीत वस्तीला
शालूही
एक तशीच
जित्राबच जणू तम्मासाठी...

मुलाण्याचा गुलब्या
मरतो शालूवर
त्याच्या मते : शालू त्याला खेळवते
पिक्चरला 'चल' म्हणते
तू 'कंडका' आहेस असेही सांगते
गुलब्या...
भरचौकात बोटाने वाजवतो टिचकी
अन् लावतो हात छातीला
त्याचे खोल गेलेले डोळे
असतात खूप बोलके त्या वेळी
तो झोकतो हातभट्टी
अन् ढकलत राहतो आभाळ

अस्वस्थ काळरात्रींचे दृष्टान्त । ६७

त्यामुळेच तुंबतात गटारी
पसरते काळेकुट्ट पाणी गावकऱ्यांच्या दारात
मग
कावळे ओरडतात सुरात
कावऽ कावऽ
कावऽ कावऽ
कावऽऽकावऽऽकावऽऽ

गावाच्या मुख्य चौकालगत
उभं स्मारक...
सार्वजनिक संडास-मुतारीचं
बाजूलाच 'आ' वासून
उभा बोलका फळा
पण त्यावरदेखील लिहिलेलं असतं
ठळक अक्षरात नाव शालूचं
आणि
गिचमिड अक्षरात एक संपर्क नंबरदेखील
जोऽ शालूसकट
तिच्या मागच्या सातही पिढ्यांना नसतो माहीत
पण... चर्चा होत राहते चौकभरून
खर्रर्ऽऽ मावा-गुटख्याच्या पिचकाऱ्या
उडत राहतात पानटपऱ्यातून
आणि होत राहतो सारा चौकच लालेलाल!!
तशा
अनेकांच्या अनेक वाटाही फुटतात तिथूनच
पण
खोटारड्या अक्षरांना मात्र फुटतो आवाज
कानठळ्या बसवणारा आवाज
जीवघेणा आवाज

आवाज..
आवाज...
आवाज...!!
कागाळ्या ऐकून सावीच्या
तम्मा बडवतो शालूला
तेवढं त्याला जमतं
सावी
सांगते एकाचे तीन करून
भरते कान तम्माचे
उंडारते गावभर मिचकत डोळे
मागे असते नेहमीच तिच्या
लटांबर पोरांचे...
तम्माचा
आवलगामी एखादा तडाखा
बसतो शालूच्या हातावर
सुजतो हात
तरी...
तम्मा..
लावतोच तिला थापायला भाकरी
तेव्हा म्हणत असतो तम्मा त्याचं आवडतं गाणं
हलकीशी शीळ घालत ओठात
भाकरी फिरवता फिरवता
शालू
ढाळत असते आसवं
चार-दोन थेंब पडतात काटवटीत
अन् भाकरी होते मऊशार...
मग
निखाऱ्यातून फुलत राहते
शालूच्या वेदनेचे आदिम आगार...

●

अस्वस्थ काळरात्रींचे दृष्टान्त । ६९

जन्म

आम्ही
इथे जन्मलो
आणि
इथले झालो!
हा आमचा दोष म्हणायचा की गुण?
वेदनांना
पंख दिले जाणिवांचे
तरीही
इथले वाहते वारे
तोडून टाकतेच बंधन सारे
मला फक्त इतकंच म्हणायचंय...
आम्ही
जीव मुठीत घेऊन जगताना
हवे ते घ्या... नको ते खोडा...
असा
पर्यायही समोर नसताना
एक नासका आंबा आढी नासवतो
म्हणून
गव्हासोबत किडा रगडणे
इष्ट आहे काय?
●

समता

आम्ही
कवडीमोल भावाने
समतेला बाजारात विकले
...तेव्हापासून
श्वासामध्ये भिनत गेलं विरक्तपण
झाले बंद घराचे दार
जड पावलाने... उदासवाणी
फिरली अंगणभर कटुता
समजलेच नाही कधी.. कसा...
उमटत गेला काळजावर
गच्च रगडलेला टाचेचा खोल खोल ठसा
तसा
अंगणातला दुखावला पालापाचोळा
वाहून नेला वावटळीने
तिची असावी ही जुनीच खोड
बिचाऱ्या झुळूक वाऱ्याचीच होते इथं फक्त
कुत्तरओढ... कुत्तरओढ...

●

जखमा

मी
शिवतो आहे वार झालेल्या जखमा
शांततेचे टाके घालून
सध्या
असं काहीच वाटत नसलं
तरीही...
परिस्थिती पालटू शकते कधीही
माणसाच्या डोक्यावर वाढलेल्या
इथल्या कृत्रिम झाडीतून
उठू शकतात अचानक
हिंस्र नरभक्षक श्वापदं...
तेव्हा
पळताना पायाखालची भुईही
पडू शकते अपुरी
आणि
व्यवस्थेने दिला अधिकार
म्हणून
इथं चारित्र्यवान सज्जनही
होऊ शकतो टपोरी
आता हिंस्र श्वापदे मारणारे
मारेकरी... शिकारी खूप आहेत
शोकांतिका ही आहे
इथं सज्जन भिकारीच खूप आहेत

●

बंधुभाव

आम्ही
अडगळीत टाकले बंधुभावाचे गाठोडे वळून
तेव्हापासून
गावगाड्याचे बारा बैल
नख्या खुरडून खुरडून गेले मरून

व्यथांच्या
टोकदार चिलार काट्यांनी
केली हातापायात कुरुपे
अशा निद्रिस्त वेळी
पोटात प्रश्नांचे गर्भारपण घेऊन
चालणे नसते सोपे
आम्ही बैल समजून
स्वतःला घेतले बांधाबांधावर गाडून
तरी समजलेच नाही कधी.. कसे..
चिमण्या-पाखरांची घरटी कोण टाकतं मोडून?
दरवर्षी गावजत्रेत
पालखीवर गुलाल-खोबरे उधळणारा हामजेखान
आणि

अस्वस्थ काळरात्रींचे दृष्टान्त । ७३

मोहरमला
करबलचा धुला खेळणारा सुधाकर
करतात एकाच चौकटीतून ये-जा वर्षानुवर्षे
तरी त्यांच्यात भांडण होत नाही कसे?
अशी कोणती वैश्विक एकात्मता दडलीय त्यांच्यात?
म्हणून मला वाटतं
इथल्या भिंती पाडून बदलावी वाऱ्याची दिशा
किंवा
भिंतींच्या छाताडावरच उभारावा माणूस जोडणारा पूल
शस्त्र म्हणून अशा वेळी असू द्यावे हातात रंगहीन फूल
समजून घ्यायला हवंच आता
संयमाने सुटतात प्रश्न.. प्रेमानं सुटतं वैर..
आपलाही जन्म लागावा सार्थकी, यात काय गैर?

दिशाहीन

आम्हाला नेमकं काय हवंय
हेच माहीत नाही
आम्ही दिशाहीन आहोत
म्हणून
सगळेच होतो गर्दीत सामील
कुणीतरी समोर उभारून करतो हातवारे

त्याचे
अन्याय-अत्याचार... गुलामगिरी-वेठबिगारी...
असले बोजड शब्द घेतात मनाचा ताबा
कारण
हेच शब्द गाजवतात मोठमोठ्या सभा

गर्दीचे तोंड कुठे आहे आणि शेपूट कुठे
हेही नसते आम्हाला माहीत

तरी
आम्ही वाहत जातो गर्दीच्या प्रवाहाबरोबर
मुठी आवळून.. दात करकचून दिलेल्या घोषणांनी
दुमदुमून जातो परिसर
नेमक्या अशाच वातावरणात
हातवारे
चढतात एकेक पायरीने वरवर

अस्वस्थ काळरात्रींचे दृष्टान्त । ७५

गर्दीचे मानसशास्त्र ठाऊक असते हातवाऱ्यांना
मग गरिबाघरची तांबडी भाकरही
गोडच लागते त्यांना...
पायऱ्या चढून चढून हातवाऱ्यांचा
डोंगर जातो संपून
डोंगराखाली मैदानात गर्दीला
भाजते कडक ऊन

आभाळात हंगामी वीज कडाडू लागली की
गर्दी आपोआप पांगते
नेमकं काय हवंय...?
हे अजून न समजलेल्या गर्दीचे पाऊल
पुन्हा दिशाहीन.. दिशाहीन होते
●

७६ । अस्वस्थ काळरात्रींचे दृष्टान्त

वाटोळा

लहानपणी गुरुजी शिकवायचे
एवढा मोठा भोपळाऽऽ आकाराने वाटोळाऽऽ
पैकी
शिकवला नाही गुरुजींनी कधीच
वाटोळा या शब्दाचा अन्वयार्थ!
मग आम्हीही
वाटोळा म्हणजेच भोपळ्याएवढा
इतकेच धरले गृहीत
आणि घेतलं समजून

पण
कालांतराने
भोपळा नेमक्या कुठल्या प्रजातीचा?
हा प्रश्न छळू लागल्यावर
फळांनाही जात असल्याचे समजले
आणि
आकारमानावरच त्यांना किंमत असल्याचेही

परवा
मुलाच्या शिक्षण सवलतीचा फॉर्म भरताना
खालील रकान्यात लिहिलं
नाव : अमुक अमुक
जात : शेतकरी
धंदा : पारंपरिक शेती
उत्पन्न : बेभरवशाचे

अस्वस्थ काळरात्रींचे दृष्टान्त । ७७

तर...
अचानक उसळून मुलगा म्हणाला
'बाबा, अशाने वाटोळे कराल
उत्पन्न किमान चार अंकात तरी लिहा
नाहीतर सगळेच आपल्याला भिकारी समजतील'

मग नाइलाजास्तव
थरथरत्या हाताने
वार्षिक उत्पन्नाचा आकडा लिहिताना
मागच्या हर एक पिढीचा एकेक शून्य
हुबेहूब भोपळ्याएवढाच...
आणि
गुरुजी मात्र अजून कानात ओरडताहेत
एवढा मोठा भोपळाऽऽ आकाराने वाटोळाऽऽऽ
●

७८ । अस्वस्थ काळरात्रींचे दृष्टान्त

माती

खत घातल्याबिगर
पीक येईना आताशा
भुई झेली वांझपण
झाला मातीचा तमाशा

सात पडद्याच्या आत
पीक उरी उसनते
तण उगवले जरी
तेही मातीला लाजते

किती सोसावं मातीनं
किती कसावं मातेनं
माणसाच्या जुलुमानं
किती नासावं शेतीनं

वाट अडवली जेव्हा

उजेड घेऊन येणाऱ्यांची वाट अडवली जेव्हा
या मातीने फास घेतला अंधाराला तेव्हा

मेंदूमधुनी विष ठिबकते, नसानसातून ज्वाळा
पाण्यामधुनी आग भडकते, अशी चालते शाळा
तरुणाईच्या मस्तकातुनी जात वळवळे जेव्हा... (१)

हिरव्यासाठी झाला काळा, अडवून धरले ऊन
का प्रश्न होऊनी भांडत नाही संवादाचे मौन?
कळी भुकेची उमलत गेली, व्यथा अनावर जेव्हा... (२)
●

८० । अस्वस्थ काळरात्रींचे दृष्टान्त

काचेच्या बंद पेटीत

काचेच्या बंद पेटीत
पोहून पोहून
मासे कधीच थकत नाहीत
कारण माशांना माहीत असतं नेमकं
इथंच खोटा समुद्र असल्याचं

या कोंदटलेल्या जगात वावरताना
माशांना गर्व वाटतो सौंदर्याचा
कारण
स्वतःचं प्रदर्शन मांडताना
फक्त
प्रेमच टिपलेले असते त्यांनी
साऱ्यांच्या चेहऱ्यावरचे

म्हणूनच
मासे कधीच तक्रार करत नाहीत
कुठल्याच न्यायालयात
स्वतः गुलामगिरीत असल्याबद्दल

काचेच्या बंद पेटीत
ग्लोबल वॉर्मिंग, शेअर मार्केट किंवा सेन्सेक्स
यांसारखे तत्सम प्रश्नही
छळत नसतात माशांना
किंवा
विचारवंतांची व्हावी तलखली असले
वैचारिक प्रदूषणही
नसते त्यांच्या हिशोबी

काचेच्या बंद पेटीत
माशांना
फक्त एकच चिंता दिवसा आणि रात्री
माणसांचे न्याहाळणारे डोळे
माणसांचेच असतील
याची नसते खात्री

●

स्वप्न

अतर्क्य आठवणींची
ओलावलेली सायंकाळ
हळूहळू पेंगूळतेय
स्वप्नस्थ निद्राधीन होण्यासाठी
तेव्हा
हेलकावती स्वप्न-वादळं सभोवताली लपेटून
अंधाराचा शोधसंचार सुरू आहे
वास्तवात स्वप्नपर्व असल्यासारखा

शेवटी तोही स्वप्नाळूच
स्वप्नातच हरवलेला...
पण
आजही एकाकी वाट पाहतोय
हे दीर्घ स्वप्न नाही.. असं कुणीतरी सांगण्याची

कारण त्याला माहीतच नाही
जास्त खाल्ले की ओकारी येते
मग ते सुखही का असेना..

●

अस्वस्थ काळरात्रींचे दृष्टान्त । ८३

एवढेच बाकी खरे

वेलींच्या सभोवताली
जेव्हा
उनाड वारा उगीच लागतो घोंगावू
तेव्हा
संशयाची हुमणी करते घर
नव्या झाडांच्या खोडबुंध्यात
नि
पानाळू झाडंही
होऊ लागतात निष्पर्ण आणि उद्ध्वस्त

तशा
वेली असतात घट्ट बिलगून झाडांना
तरीही
उरतोच काही पसारा वेलींचा
तेव्हा
बेगड लावून हिंडणारा वारा
झुलवत राहतो हवेतल्या हवेत
वेलींचे नाजूक हळुवार गळे
मग

झाडांच्या काळजात उठतात
आभाळाएवढीच वावटळे
हळूहळू
पिकू लागतात वेलींची पाने
नि सुकू लागते खोडही आतून
संवादाची कोमेजतात फुले
विश्वासाच्या गळ्यावाचून
जळून जाते वेल तेव्हा
झाडांचेही आयुष्य सरे
पण
वठल्या झाडावर
घरटे बांधत नाहीत पाखरे
एवढेच बाकी खरे..!

●

वळीव

दुःख आवेगी	सोसून कड
डोळ्यात उभी	पाऊस झड
नात्यागोत्यांचा	चिखल रेंदा
अलवार मनाचा	चेंदामेंदा
असावे वाटले	घर गोकुळ
तुटली नाती	काळीज व्याकुळ
भरला सागर	आनंदघन
ओहोट वेळ	अंधारबन
झरती डोळे	खेळ मोडला
उभ्या पिकात	वळीव सांडला

●

शाई

ढोरकष्टात झिजून मेल्या आमच्या साऱ्या पिढ्या
कुणबिकीच्या जीवावरच तर तुम्ही उभारल्या गुढ्या

राबराबून मातीत आमचे हातही झाले मातीचे
जणू जळण्यासाठी दिव्याने कर्ज घेतले वातीचे

आता बदलले युग नि बदलले सारे संदर्भ
परीक्षानळीच्या पोटातही आता वाढतो पिकांचा गर्भ

माझा मुलगा जेव्हा आता बोलतो पुस्तकातले काहीबाही
मला वाटते बहुधा आता मीच मुलाला ओळखत नाही

आम्ही शिकलो जन्मभर मातीत कसं राबायचं
मुलगा सांगतो, ऐका बाबा, मातीलाच कसं राबवायचं

मुलाबरोबर चालताना आता माझी होते दमछाक
शेती झाली आधुनिक, म्हणे तिलाही आता रीतभात

८६ । अस्वस्थ काळरात्रींचे दृष्टान्त

हात जोडून सारी पिकं उभी असतात त्याच्यासमोर
भर उन्हात त्याच्या शेतात कसा नाचेल मोर?

भुई म्हणजेच शाई! आता हेच आहे त्याला मान्य
संगणकावर बसून घरी, तो शेतात पिकवतो धान्य

आमची शाई एकनिष्ठ, चिकटली आमच्याच अंगठ्याला
शाईने बदलली कूस आता, ती मुलाच्या नखाला

इकडून तिकडे.. तिकडून इकडे.. शाईचाच खेळ सारा
शाई म्हणजे ऊन-पाऊस... शाई म्हणजे गार वारा

शाईच आता श्वास कुणब्याचा, शाई हाच विश्वास
फक्त अंगठ्यापासून नखापर्यंत घडावा तिला प्रवास
●

अस्वस्थ काळरात्रींचे दृष्टान्त । ८७

विधवा आणि समुद्र

ती दिवस उगवला की
अडकवून घेते स्वतःला
जगण्याच्या नवनवीन संकल्पनांत
आणि
कावळ्याच्या तुकतुकीतपणाइतकाच
शरमेचा दागिना नव्याने मिरवून
फिरत राहते
निळ्याशार समुद्रभर
दिवस ढकलत असल्याच्या आनंदात

समुद्राचं तसं काहीच नसतं
तरीही
तो खुणावतोच तिला
हेलकावत हसणाऱ्या लाटांमधून
पण, काही लाटांचं बेरकी हसू मात्र
त्यानं ठेवलेलं असतं
फक्त तिच्याचसाठी राखून

ती सावरून असते तोल
स्वतःबरोबर पाण्याचाही कधीकधी
पण, एखादा बेसावध क्षणच
घेतो हिसकावून सुकाणू
तेव्हा मात्र तिचं होतं

शिडात हवा भरलेलं जहाज
ती भरकटते, हेलकावते क्षितिजाकडे
ऐकू येत राहते कितीतरी वेळ
मग प्रक्षुब्ध समुद्राची गाज
समुद्र पोटात ठेवून घेत नाही काहीच
तो तिलाही देतो फेकून किनाऱ्याला
पण, ती रुजते;
सुखासाठी शोधत राहते नव्या हिरवळीला

आता तिला खुणावतात
हिरवळीवरचे बगळे.. रावे.. पारवे...
ती
जगत राहते पुनःपुन्हा
देत समुद्रालाच हेलकावे... फक्त हेलकावे...

●

अस्वस्थ काळरात्रींचे दृष्टान्त । ८९

हे महापुरुषा...!

हे महापुरुषा...!
हल्ली भीती वाटते तुला आमचा म्हणण्याची
तुझ्या अनुयायांनी वाटलेय तुला जातीजातीत
तुझ्या जयंतीच्या मिरवणुकीत
वाहतो दारूचा महापूर
निघते आयभैन कुणाचीही
थिरकतात डॉल्बीच्या तालावर पोरा-पोरींचे पाय
तू पाहत राहतोस तसबिरीतून
काहीसा संतापानं लालबुंद भासतोस मला
तुझ्या डोळ्यात तरळते पाणी पाहून
तू हरला आहेस असेही वाटते क्षणभर

हे महापुरुषा...!
तुझा परीस चोरून अनेक जण झाले मौल्यवान
घेतल्या साऱ्या सीमा त्यांनी कवेत
पटकावली ठिकाणं वरवरची
दिले हाकलून निष्ठावंतांना
कुजवले... नासवले... सडवले...
अनेकांना आशेवर ठेवून
विसरली त्यांनी नातीगोती... गावशिव... पांढर...
दाताचं पाणी गिळत भुई बडवीत
गरिबी घालते शिव्या
'...तळतळाट लागूंदी हुब्या जलमालाच तेच्या'

हे महापुरुषा...!
कुठल्या अनंतात विलीन झालास
साऱ्या जगाची अपार शांती घेऊन तू...?
तुला अंतरात्म्यात सामावून
मिटवून घेतलेत डोळे जगानेही
तू विलीन झालास की मलिन?
पैकी
मी काय मान्य करू?

हे महापुरुषा...!
आता डोळे उघडून बघ
तुझ्या रंगाच्या गहराईत
अनेक किड्यामुंग्यांनी जन्म घेतलाय
तुझ्या नावावर थाटलीत अनेकांनी दुकाने
आता एक दिवस असा उगवेल
तुझ्या नावावर बळी दिला जाईल
तेव्हा तू फक्त इतकंच कर
तू कुणाला पावू-बिवू नकोस
नाहीतर
देवांच्या संख्येत एका अंकाने आणखी भर पडेल..!

●

अस्वस्थ काळरात्रींचे दृष्टान्त । ९१

नदी

१. मला अजून नदी होता आलं नाही..
हे नदी..
उगमापासून प्रवाह होऊन अंतापर्यंत
सुख, सुबत्ता अन् आनंद सोबत घेऊन तू वाहतेस माझ्यासाठी..
तेंव्हाच,
मोठा गाजावाजा करत वाहणाऱ्या लहान्या
ओढ्या नाल्यांना आपल्यात सामावून ;
शांत करण्याची तुझी कला
तू कुठे शिकलीस?

मी इतका शिकलो सवरलो.. लिहू लागलो..
तरी..
मला अजून नदी होताच आले नाही..

२. पाप
पोटात पाप वाढले की रक्त नासते म्हणतात..
मग नदीचा खून केल्याने
समुद्र खारा तर झाला नसेल ना?

३. गाढवाचा नांगर
आम्ही नदीला आई म्हटले.
अन् आपसूक सगळेच नदीची लेकरे झालो.
मग तिच्याच लेकरांना जातीजातीत वाटून लढवल्यावर..
नदीआई पाण्याचा चाबूक घेऊन आमच्या मागे लागणार नाही काय?

नशीब.. अजून चिडून तिने घरादारावर
गाढवाचा नांगर फिरवला नाहीये..

●

भिंती

भिंती
हलल्याच नाहीत
युगानुयुगं जागच्या अजून
स्थित्यंतराची
अनेक वादळं झेपावली तरी
नांदल्या सख्ख्या बहिणींसारख्या मोहल्लाभर
नि
ठेवली साठवून पोटात भिंतींनी
आडोशामागल्या जगाची गरळ
सोसलं पिढ्यान्पिढ्या
त्या ओलावल्या... उडाले पोपडे
तरी सोडला नाही भिंतींनी
मात्र पिढीजात पाया
कुणी केला गिलावा आधुनिकतेचा
कुणी दिला रंग चाकोरीबाहेरचा
तरीही
भिंती राहिल्या अभेद्य
आम्ही मात्र
आखून घेतला चार भिंतींचा
एक विवक्षित चौकोन
तेच आमचं वैश्विक घर
मग
युगांवर युगं निघून गेली तरी
भिंतीपासून घरापर्यंतचा आमचा प्रवास
अजूनही 'अज्ञात'च राहिला कसा?

●

अस्वस्थ काळरात्रींचे दृष्टान्त । ९३

रंग

हल्ली
बोलक्या झाल्यात
खूपशा
सार्वजनिक संडास-मुताऱ्यांच्या
भिंती
एकांत
गोंदून घेतात अंगाखांद्यावर
नि
दाखवतात प्रतिबिंब
माणसांच्या
अंतरंगाचं
तसे -
रंग हवेच असतात जगण्याला...
तरीही
सारेच रंग जर मिसळले एकमेकांत
तर होतो तयार
मातीचाच रंग
म्हणून
भिंती काय..?
माणूस काय..?
किंवा
माती काय..?
सारे.. सारेच रंगेल

●

ग्वाही

जेव्हा
शब्दांनी कलुषित झाल्या मनांनी
धरले तोलून हातांच्या तळव्यांवर आभाळ
तेव्हा आला दाटून कंठ
गडगडणाऱ्या ढगांचा
आणि
शापित पावसाने घेतला मोठा श्वास
अन् विचारले,
सांगा, माणसांचा कुणी घेतला घास?

कलहाचा कलगीतुरा गर्जत राहतो कानभर
निर्व्याज मनाने माणूस सोसतो विद्रोह
ढगांनी ओतला पाऊस खंडीने
तरी भरत नाही त्याचे पोट
साला, कसा झाला माणूस इतका निगरगट्ट?

आता पावसाला शाप लागलाय मातीचा
वांझपणाचे टोमणे नाहीत होत सहन
कोणाचे पौरुषत्व संपलेय
याचे उत्तर सापडत नाही
पिकांचा पाऊसच असेल बाप
याची मग कशी द्यायची ग्वाही?

●

अस्वस्थ काळरात्रींचे दृष्टान्त । ९५

अंतिम सत्य

तुम्ही या ग्रहावर शाश्वत राहायला आला नाहीत
हेच अंतिम सत्य आहे
हे तुम्हाला माहीत नाही काय?

जगबुडी होईल त्या वेळी
तुम्ही सैरावैरा धावत सुटाल
तेव्हा
स्वतःचा जीव वाचवणे हाच
एकमेव धर्म होऊन जाईल प्रत्येकाचा
हे तुम्हाला माहीत नाही काय?

समजा, तुम्ही अखेर त्यातून वाचलातच
तर तुमचा वंश
तुम्ही एका मादीशिवाय कसा वाढवाल?

त्यातूनही एक मादी घेऊन
तुम्ही
एका निर्जन बेटावर गेलातच असे समजू हवेतर
तेव्हा
या संपूर्ण विश्वात तुम्ही
'आदम-हव्वा'सारखे दोघेच असाल
आणि चुकून ती मादी तुमची बहीणच निघाली, तर?
या अफाट रिकाम्या जगात
तुमची प्रजात टिकवण्यासाठी
तेव्हा तुम्ही काय कराल?

९६ । अस्वस्थ काळरात्रींचे दृष्टान्त

समाज.. नीतीमत्ता.. चारित्र्य.. ही वल्कले टाकावी लागतील तुम्हाला
आणि करावा लागेल नर-मादीपुरताच विचार
की सांभाळाल परंपरा बापजाद्यांची?
त्यासाठी
कर्तव्य म्हणजेच धर्म
हे तुम्हाला माहीत असायलाच हवे
आणि
वंश वाढवण्याचे कर्तव्य तुम्हाला करावेच लागेल
कारण
या ग्रहावर पुन्हा एखाद्या माकडाचे राज्य येण्यापेक्षा माणसाचे आले,
तर काय वाईट
आणि होऽ
हे अंतिम सत्य त्या वेळी तुम्हाला माहीत असायलाच हवे!
●

अस्वस्थ काळरात्रींचे दृष्टान्त । ९७

निशाण

तिने बंडाचा झेंडा उभारला
उपोषणाचे हत्यार उपसले
तरीही नाही लागला मागमूस
व्यवस्थेच्या तिमीर पोकळीचा
अंतहीन समुद्राचा सापडू नये तळ;
तसे तिच्या शोधाचे बुडते जहाज
राहिले आक्रोशत.. निशाणातून
लागत नाही दिशांचा अंदाज
कुणाचे श्वास उधार
तर कुणाची शांतता फरार
धडधडीत समोरून गाव उंडारत फिरावी
कुण्या धनिकाची रखेल
तशी पतिव्रतेची आदिम घुसमट

श्वासावर नियंत्रण ठेवणारी शांतता हवीय तिला
म्हणून तिने घेतलेय टांगून स्वतःलाच
तिची बाहेर पडलेली जीभ
दाखवतेय निशाण
तिच्यातला विद्रोह कापरासारखा जळत असल्याचे

●

क्रांती

हळूहळू मुरवत चाललेत ते तुमच्यात
त्यांच्या एककल्ली विचारांचे विष
कोणाही शूर पराक्रमी पुरुषाच्या हातात
वीणा देऊन
मुजवू शकतात ते त्यांचा धगधगता इतिहास
किंवा
पाप-पुण्याच्या फेऱ्यात अडकवून
तुमच्यातल्या वाघाची शेळी करू शकतात ते

तुम्ही एकीने पेटलात तर
तुमच्या पेटल्या रक्तावर ते पेटवून घेतील
त्यांची सोनेरी सिगारेट
तुम्ही ज्या जमिनीवर उभे आहात
ती जमीनच पेटवतील कदाचित

हे जरी सगळे खरे असले तरी
ते खूप भित्रे आहेत
तुमच्या दारात बांधलेले कुत्रे
भुंकते जेव्हा त्यांना
तेव्हा ते माघार घेतात
हीच क्रांती तुम्हीही समजून घ्या
आणि... तुम्ही तर
माझ्या नजरेत अजूनही 'माणूस'च आहात!

●

अस्वस्थ काळरात्रींचे दृष्टान्त । ९९

व्यवस्था

ती पेरते उगवता डोळा
मनाच्या प्रचंड उलघालीसह भवितव्यासाठी
पुरेशी ओल नसताना भुईत
किंवा
तिला पेरायलाच लावते व्यवस्था
उगवता डोळा, मनाच्या प्रचंड उलघालीसह
पुरेशी ओल नसताना भुईत

स्वप्नांचं नासकं गाजरही दातलून देतात ते
अजूनही तिच्या खारीकवजा हातावर
आणि अपेक्षेचा द्रोणागिरी हळूच ठेवून देतात
तिच्या वासेकुजल्या घरावर

ती वाट बघत राहते
जळाल्या राखेचं पुन्हा लाकूड होण्याची
पेरलेल्या-उगवत्या डोळ्याचा वड होण्याचीही

तिचं घर जळालं परवा व्यवस्थेच्या आगीत
तेव्हाच तिला कळालं
घरासोबत घराच्या सावल्याही जळाल्याचं

●

पुतळा

मी घडवतोय
अस्वस्थ काळरात्रींच्या दृष्टांताचा पुतळा..
विचारांच्या तोबा गर्दीत..
काळ्याकभिन्न कातळावर..
ठोकटाकीने ठोकून ठोकून..

तेव्हा,
येणारे जाणारे असे अनेक विचारांचे थवे
धक्कत राहतात मनाला..
काहीं ठेचकळतात..
तर काही रागाने पुटपुटत निघून जातात पुढे
पार दिशांताकडे..
पण,
पुतळ्याला जखम होऊ नये म्हणून
मीच काळजून जातोय पुन्हा पुन्हा

ठोकटाकी मात्र घडवत राहते
पुतळ्याचे हात, पाय अन् धड..
पण कित्येकदा सांगूनदेखील
अजून
पुतळ्याचा चेहराच कसा घडवला नाही तिनं?

परवा पेपरात एक कन्फर्म न्यूज वाचली..
कवीनेच कवितेवर अत्याचार केल्याची..
तेंव्हापासून त्याची कविताही
पुतळ्यासारखीच स्तब्ध झाल्याची..
अशीच होती बातमी..

अस्वस्थ काळरात्रींचे दृष्टान्त । १०१

आता वाटत राहतं ..

रात्री अपरात्री

तो शीर नसलेला पुतळा अंगावर धावून येईल की काय उगीच..

पण तरीही 'पुतळ्याला चेहऱ्याचा आकार दे' असं ठोकटाकीला सांगण्याचं
धाडस माझं अजूनही होत नाही..

कारण आकार देताना ठोकटाकी कवितेचा चेहरा काढेल;

की,

तिथं कवीचंच मुंडकं जोडेल.. याची मलाही खात्री नाही..

मी अजूनही अस्वस्थ काळरात्रींच्या दृष्टांताचा पुतळाच घडवतोय..

पण...

नाहीच जमलं जर या आयुष्यभरात

पुतळ्याला चेहऱ्याचा आकार देणं तर..

तर मी एक कर्तव्य जरूर करीन..

निदान पुतळ्याच्या हातात

बंदुकीचा

आकार तरी नक्कीच कोरीन..

●

१०२ । अस्वस्थ काळरात्रींचे दृष्टान्त

पाऊस म्हणजे..

पाऊस म्हणजे आभाळावर उमटलेला वळ..
आठवणींच्या गुंत्यामधलं..नवं ओलं घर..

कोसळणाऱ्या लांब लांब धारा म्हणजे पाऊस..
जोडी जोडीनं वेचलेल्या गारा म्हणजे पाऊस..

पाऊस म्हणजे एक छत्री.. अन् दोघांची चाल..
दोघांमध्येच लपेटलेली मऊ उबदार शाल..

पाऊस म्हणजे सर्रकन्.. पाय घसरून पडणं..
पाऊस म्हणजे दुःख होऊन आभाळाचं रडणं...

पाऊस म्हणजे फुल देवून काहीच न बोलणं..
साखळी तुटावी तसं खळ्ळकन आसवांचं ओघळणं..

पाऊस म्हणजे गडबड गोंधळ.. नुसती उसळती घाई..
पाऊस म्हणजेच तुमचं जगणं.. दुसरं काहीच नाही.

●

युद्ध अटळ आहे...

उजेडाचा गाव हरवल्याची फिर्याद घेऊन
नुकताच एक इसम
निघालाय शहराकडे...
इथल्या पाण्यात उभारले आहे त्याच्या
हसऱ्या खेळत्या खेड्याचे थडगे..
त्याला मिळालं होतं आश्वासन
स्वप्नांच्या साम्राज्याचा राजा बनवण्याचं
पण एका रात्रीत उद्ध्वस्त केलंय त्याला काळोखाने

तुम्ही त्याला तुमच्यातला थोडासा उजेड देऊ शकता..
म्हणजे तुम्हीही
त्यांच्यासारखेच माणूस आहात..
यावर होईल शिक्कामोर्तब..
किंवा
माणुसकीच्या कोर्टात त्याची फिर्याद लिहून घ्या..
पडू द्या तिथल्या तराजूत;
त्याच्या स्वप्नांच्या मृतदेहाची राख..
उसळू द्या एकदाचा आगडोंब..
अन्
काहीच जमत नसेल तर
'युद्ध अटळ आहे' अशी मारा जोरदार बोंब..!!

●

www.ingramcontent.com/pod-product-compliance
Lightning Source LLC
LaVergne TN
LVHW020135230825
819400LV00034B/1168
* 9 7 8 8 1 9 5 1 6 3 7 5 5 *